AF658660

അവർ ക്രിസ്ത്യാനികളെ തേടിയെത്തി

ഒറീസയിൽ സംഭവിക്കുന്നത്

avar christyanikale thediyethi
orissayil sambhavikkunnath

•

li o n

•

first edition
november 2008

•

second edition
march 2009

•

third edition
june 2013

•

typesetting and published
chintha publishers, thiruvananthapuram

•

printed

•

cover
ambeesh

വിതരണം

ദേശാഭിമാനി ബുക്ക് ഹൗസ്

H O തിരുവനന്തപുരം-695 035
www.chinthapublishers.com
chinthapublishers@gmail.com

ബ്രാഞ്ചുകൾ

ഹെഡ്ഡാഫീസ് ബ്രാഞ്ച് കുന്നുകുഴി • ഓവർബ്രിഡ്ജ് തിരുവനന്തപുരം • കെ എസ് ആർ ടി സി ബസ് സ്റ്റേഷൻ ആലപ്പുഴ • കെ എസ് ആർ ടി സി ബസ് സ്റ്റേഷൻ എറണാകുളം • മച്ചിങ്ങൽ ലെയ്ൻ തൃശൂർ • ഐ ജി റോഡ് കോഴിക്കോട് • മാവൂർ റോഡ് കോഴിക്കോട് • എൻ ജി ഒ യൂണിയൻ ബിൽഡിങ് കണ്ണൂർ • സെൻട്രൽ ബസ് ടെർമിനൽ കോംപ്ലക്സ് താവക്കര കണ്ണൂർ

CR - 1307 / 3252

അവർ ക്രിസ്ത്യാനികളെ തേടിയെത്തി

ഒറീസയിൽ സംഭവിക്കുന്നത്

കെ ഇ എൻ

ചിന്ത പബ്ലിഷേഴ്സ്
തിരുവനന്തപുരം-695 035
വില : ₹ 75

കെ ഇ എൻ

ഇടതുപക്ഷ സാംസ്കാരിക വിമർശകൻ. പ്രഭാഷകൻ. പുരോഗമന കലാ സാഹിത്യസംഘത്തിന്റെ സംസ്ഥാനസെക്രട്ടറിമാരിൽ ഒരാൾ. ഫാറൂഖ് കോളേജിൽ മലയാളം അധ്യാപകൻ.

കൃതികൾ: *വൈസ്രോയിമാർക്ക് വേണ്ടത് കുരങ്ങു സൂപ്പോ* (രാഷ്ട്രീയ വിമർശം), *സ്വർഗം നരകം പരലോകം* (മതവിമർശം) *ഇരകളുടെ മാനി ഫെസ്റ്റോ* (സാംസ്കാരിക വിമർശനങ്ങൾ), *തീപിടിച്ച ആത്മാവു കൾക്കൊരാമുഖം* (സാഹിത്യവിമർശം), *കറുപ്പിന്റെ സൗന്ദര്യശാസ്ത്രം* (സാഹിത്യവിമർശം), *പ്രണയം കവിത സംസ്കാരം* (സാഹിത്യവിമർശം) *വേർതിരിവ്* (സാഹിത്യവിമർശം) *സമൂഹം സാഹിത്യം സംസ്കാരം* (സാ ഹിത്യവിമർശം), *മതേതരത്വവും ജനാധിപത്യവും* (സാംസ്കാരിക വി മർശം), *ശ്മശാനങ്ങൾക്ക് സ്മാരകങ്ങളോട് പറയാനാവാത്തത്* (സാംസ്കാ രിക വിമർശം), *സമരോത്സുകമായ മതേതരത്വം* (സാംസ്കാരിക വിമർ ശം), *ഖുത്ബുദീൻ അൻസാരി ചിരിക്കുന്നു* (സാംസ്കാരികവിമർശം) *ഗുജറാത്തിൽ സംഭവിച്ചത്* (സാംസ്കാരിക വിമർശം), *സംഭവിച്ചത് ഇത്ര യുമല്ല* (സാംസ്കാരിക വിമർശം), *ഫാസിസത്തിന്റെ അദൃശ്യലോകം* (രാഷ്ട്രീയ വിമർശം), *മതരഹിതരുടെ രാഷ്ട്രീയം* (രാഷ്ട്രീയ വിമർശം), *മധ്യവർഗത്തിന്റെ ശീർഷാസനങ്ങൾ* (രാഷ്ട്രീയ വിമർശം), *അവർ ക്രിസ്ത്യാനികളെ തേടിയെത്തി* (രാഷ്ട്രീയ വിമർശം), *വിവാദകാലങ്ങ ളിലെ ആൾമാറാട്ടം* (രാഷ്ട്രീയ വിമർശം), *ഗുജറാത്തിൽനിന്ന് ഒറീസയി ലേക്ക്* (രാഷ്ട്രീയ വിമർശം), *കെ ഇ എന്നിന്റെ തെരഞ്ഞെടുത്ത പ്രബ ന്ധങ്ങൾ, നാലാംലോകത്തിന്റെ രാഷ്ട്രീയം* (എഡിറ്റർ), *അമൃതാനന്ദമയി യുടെ രാഷ്ട്രീയം* (എഡിറ്റർ), *ലൈംഗിക ഉദാരീകരണത്തിന്റെ രാഷ്ട്രീയം* (എഡിറ്റർ), *ഉത്സവങ്ങളുടെ രാഷ്ട്രീയം* (എഡിറ്റർ), *അമൃതാനന്ദമയി വിമർശിക്കപ്പെടുന്നു* (എഡിറ്റർ), *കെ ടിയുടെ ലോകം* (എഡിറ്റർ), *ലാ സിന്ദാബാദ് ലാ ജിഹാദ് മുർദാബാദ്* (എഡിറ്റർ), *Amrithananda-mayi the secret agent of Sangh parivar* (എഡിറ്റർ), *ജയിൽക്കുറിപ്പുകൾ* (സഹ എഡിറ്റർ), *ആരാണു ഭീകരൻ എന്താണ് ഭീകരത* (സഹ എഡിറ്റർ), *ശരി അത്ത്: മിഥ്യയും യാഥാർഥ്യവും* (സഹകർത്താവ്), *ഹിന്ദുത്വത്തിന്റെ രാഷ്ട്രീയപരിണാമം* (സഹകർത്താവ്). ശ്രീനാരായണഗുരുവിന്റെ പേരി ലുള്ള ഗുരുദർശന അവാർഡ്, അബുദാബി ശക്തി അവാർഡ്, തായാട്ട് അവാർഡ് എന്നിവ ലഭിച്ചു.

ഭാര്യ : എ പി സബിത

മകൻ : മെനിനോഫ്രൂട്ടൊ

വിലാസം : കൂട്, പി ഒ ഫറോക്ക്
കോഴിക്കോട്–673 631,
ഫോൺ: 9446448814

ഉള്ളടക്കം

ആമുഖം

പുരോഗമന കലാസാഹിത്യസംഘം തീരുമാനമനുസരിച്ച് ഞാനടക്കം വി സീതമ്മാൾ, ഡോ. സുജ സൂസൻ ജോർജ്, സംഘം ജനറൽ സെക്രട്ടറി വി എൻ മുരളി, എരുമേലി പരമേശ്വരൻപിള്ള, പുരുഷൻ കടലുണ്ടി എന്നിവർ വംശഹത്യ നടന്നുകൊണ്ടിരിക്കുന്ന ഒറീസ സന്ദർശിച്ചപ്പോൾ കണ്ട വേദനിപ്പിക്കുന്ന കാഴ്ചകളുടെ അടിസ്ഥാനത്തിൽ നിർവഹിക്കുന്ന സാംസ്കാരിക വിശകലനമാണ് *അവർ ക്രിസ്ത്യാനികളെ തേടിയെത്തി* എന്ന കൃതിയിൽ ഉൾപ്പെടുത്തിയിരിക്കുന്നത്. അവർ ക്രിസ്ത്യാനികളെ തേടിയെത്തി എന്നത് പാസ്റ്റർ നിമോയിലറുടെ പ്രശസ്തമായ ഫാസിസ്റ്റ് വിരുദ്ധ കവിതയെ ഓർമിപ്പിക്കും. അതോടൊപ്പം അക്ഷരാർഥത്തിൽ ഒറീസയിൽ തുടരുന്ന വംശഹത്യയുടെ ഇരുൾമടക്കുകൾക്കുമേൽ അത് അശാന്തമായ വെളിച്ചം വീഴ്ത്തും. ഇന്നലെ ഗുജറാത്ത്, ഇന്ന് ഒറീസ, നാളെ കർണാടക, മറ്റെന്നാൾ...

ആരെന്നും എന്തെന്നുമാർക്കറിയാം എന്നു പറഞ്ഞൊഴിയാൻ ആരെയും അനുവദിക്കാത്തവിധം, ഫാസിസ്റ്റ് ആക്രോശങ്ങളുടെ വഴികളൊക്കെയും വ്യക്തമാണ്. ഒരർഥത്തിൽ ഇന്ന് ഒറീസയിൽ സംഭവിക്കുന്നത്, ഫാസിസ്റ്റുകൾക്കാധിപത്യം ലഭിക്കുകയാണെങ്കിൽ നാളെ എവിടെയും സംഭവിക്കാവുന്നതാണ്. ഗുജറാത്തിൽ നിന്നെന്നപോലെ ഒറീസയിൽനിന്നും സാഹിത്യസംഘം പ്രവർത്തകർ തിരിച്ചുവന്നത്, ഫാസിസ്റ്റ് വിരുദ്ധപ്രചാരണത്തിന് അവധിയില്ലെന്ന് പ്രതിജ്ഞയെടുത്താണ്. വംശഹത്യകൾ സൃഷ്ടിക്കുന്ന അരക്ഷിതത്വത്തിന്റെ ആഴങ്ങളിൽവച്ച് പിടയുന്ന പീഡിതന്യൂനപക്ഷങ്ങൾക്കുമുമ്പിൽ സമർപ്പിക്കാൻ ഞങ്ങൾക്കുള്ളത് മതനിരപേക്ഷമൂല്യബോധത്തിന് ഏത് ആപൽഘട്ടത്തിലും കാവൽ നിൽക്കാൻ കരുത്തുള്ള സംഘശക്തിമാത്രമാണ്.

മുമ്പ് ഗുജറാത്തിൽവച്ച്, സമാനതകളില്ലില്ലാത്ത പീഡനങ്ങൾക്ക് വിധേയരായ 'ഇര'കളിൽ ചിലർ, രോഷാകുലരായി പ്രതികാരത്തെക്കുറിച്ച് സംസാരിച്ചപ്പോഴോ പിറക്കാനിരിക്കുന്ന ഏതോ ഒരു ഭാവിയിലെ സ്ഫോടനങ്ങളുടെ ശബ്ദംകേട്ട്, ഞങ്ങൾ വേദനിച്ചിരുന്നു. ഇന്ന് ഒറീസയിൽവെച്ച്, അരക്ഷിതത്വത്തിന്റെ ആഘാതങ്ങളിൽ നടുങ്ങി, ഒരു സുരക്ഷാസേന സ്വയം ഉണ്ടാക്കുന്ന അവസ്ഥയെക്കുറിച്ച് ഒറീസയിലെ 'ഇരകളിൽ ചിലർ ചിന്തിക്കാൻ നിർബന്ധിതമാകുന്നുണ്ടെന്ന് ഉള്ളം പിളർക്കുന്ന അറിവുകൾ ഞങ്ങളെ ഉൽക്കണ്ഠാകുലരാക്കുന്നു.

ഫാസിസത്തിന് മറുപടി തീവ്രവാദമല്ല, മതനിരപേക്ഷതയാണെന്ന ജനാധിപത്യപ്രസ്ഥാനങ്ങളുടെ തിരിച്ചറിവ്, ഫാസിസത്തിന്റെ ഇരുട്ടിലും, ഒരു തീപ്പന്തമായി ജ്വലിക്കുന്നത് ഞങ്ങളെ ആവേശഭരിതരാക്കുന്നു. *സംഭവിച്ചത് ഇത്രയുമല്ല* എന്ന ചിന്ത പ്രസിദ്ധീകരിച്ച എന്റെ പുസ്തകത്തിന്റെ ആമുഖത്തിൽ മുമ്പെഴുതിയതുപോലെ ഈ പുസ്തകവും ആദ്യമായി കടപ്പെട്ടിരിക്കുന്നത്, ഞാൻകൂടി ഉൾപ്പെട്ട പുരോഗമനകലാസാഹിത്യസംഘത്തിന്റെ പ്രവർത്തനങ്ങളോടാണ്.

പ്രശസ്തപത്രപ്രവർത്തകനും *ദേശാഭിമാനി*യുടെ സീനിയർ റിപ്പോർട്ടറുമായ *സ. ജീജോ, സിറാജി*ന്റെ റിപ്പോർട്ടർ കെ എം ബഷീർ, സാംസ്കാരിക വിമർശകനായ ഡോ. അസീസ് തരുവണ, ഇത്തരമൊരു ഇടപെടലുടൻ വേണ്ടതിന്റെ അനിവാര്യത തിരിച്ചറിഞ്ഞ പ്രശസ്ത പത്രപ്രവർത്തകരും സാംസ്കാരികപ്രവർത്തകരുമായ എൻ എസ് സജിത്, ഷാനവാസ്, ഇ രാജേഷ്, കെ എം അനിൽ, *മംഗളം* പത്രത്തിന്റെ ന്യൂസ് എഡിറ്റർ ഹരിദാസൻ പാലായിൽ, സീനിയർ റിപ്പോർട്ടർ എം ജയതിലകൻ എന്നിവരോടും പീഡിതരായ ഇന്ത്യൻ ന്യൂനപക്ഷങ്ങളെക്കുറിച്ച് സംസാരിക്കുന്നതുതന്നെ കുറ്റകൃത്യമാണെന്നും ഒരു മുസ്ലീം പേരുള്ള ഒരാൾ അതിനൊരുങ്ങി പുറപ്പെടുന്നത് വർഗീയത തന്നെയാണെന്നും ഇന്ത്യൻ യാഥാർത്ഥ്യങ്ങളിലേക്ക് വേണ്ടവിധം കണ്ണു തുറക്കാതെ ആവർത്തിക്കുന്ന സുഹൃത്തുക്കൾക്ക്.. അങ്ങനെ ഒരുപാട് പേരോട് ഈ പുസ്തകം കടപ്പെട്ടിരിക്കുന്നു. എന്നാൽ ഇതേറ്റവും കൂടുതൽ കടപ്പെട്ടിരിക്കുന്ന പീഡനങ്ങൾക്ക് നടുവിലും ഫാസിസ്റ്റ് ആക്രോശങ്ങൾക്കിടയിലും എന്തുതന്നെ സംഭവിച്ചാലും, ഞങ്ങളിവിടെ ഈ രുധിരഭൂമിയിൽ ഉറച്ച് നിൽക്കും എന്ന് നിശ്ശബ്ദമായി പ്രഖ്യാപിക്കുന്ന കന്ദമാലിലെ പീഡിത ക്രിസ്ത്യൻ സമൂഹത്തിന്റെ സർഗാത്മകശക്തിയോടാണ്.

കെ ഇ എൻ

1

മറക്കരുത്, 2008 ആഗസ്റ്റ് 24

'...ഇങ്ങനെയാണ് വാക്കുകൾക്ക്
അർഥം നഷ്ടപ്പെടുന്നത്
പ്രതീകമായി മാറിക്കൊണ്ട്
ഉദാഹരണത്തിന് താമരയെ നോക്കൂ
അതെത്ര നിഷ്കളങ്കമായിരുന്നു.
സുന്ദരിയായ ഒരു ലക്ഷ്മിയെയോ
സ്രഷ്ടാവായ ഒരു ബ്രഹ്മാവിനെയോ
അതിനു വഹിക്കാമായിരുന്നു
എന്നാലിപ്പോൾ അത് തേനും അഴുക്കും
പോയ ഒരു വെറും പ്രതീകം
അത് സൂചിപ്പിക്കുന്നു
ഒരു ജനതയുടെ മുഴുവൻ മരണത്തെ........'

(സച്ചിദാനന്ദൻ)

പുരോഗമന കലാസാഹിത്യസംഘം ഫാസിസ്റ്റുവിരുദ്ധ പ്രചാരണ പ്രവർത്തനത്തിന്റെ ഭാഗമായി മുമ്പു പുറത്തിറക്കിയ സ്റ്റിക്കറുകളിലൊന്ന് ഇങ്ങനെ: ''മറക്കരുത് 1948 ജനവരി 30 – മഹാത്മാഗാന്ധി വധം, 1992 ഡിസംബർ 6– ബാബറി മസ്ജിദ് തകർക്കൽ, 2002 ഫെബ്രുവരി 27– ഗുജറാത്ത് വംശഹത്യ....'' വിറയ്ക്കുന്ന കൈകളോടെ, എങ്കിലും പതറാത്ത നിശ്ചയദാർഢ്യത്തോടെ, ഞങ്ങളിത്രയുംകൂടി എല്ലാവർക്കുമായി കുറിച്ചിടുന്നു. മറക്കരുത് 2008 ആഗസ്റ്റ് 24 മുതൽ ഒറീസ്സയിൽ സംഘപരിവാർ തുടരുന്ന വംശഹത്യ ഓഫീസിനുനേരെ ആർ എസ് എസ് നടത്തിയ ആക്രമണം.

ഉടനവസാനിപ്പിക്കേണ്ടതും അത്യന്തം സങ്കടകരവുമായ ഒരു പ്രാദേശിക സംഘർഷത്തെ, ഒരഖിലേന്ത്യാ പ്രശ്നമാക്കി മാറ്റരുതായിരുന്നു.

'2008 മാർച്ച് 9' സംഭവിക്കരുതായിരുന്നു. 'സ്വാഭാവിക പ്രതികരണം' തുടങ്ങിയ അലസവാക്കുകൾ കൊണ്ടതിനെ വെള്ളപൂശരുതായിരുന്നു. ഗാന്ധിയെ കൊന്നവർക്ക്, ബാബരി മസ്ജിദ് ഇടിച്ചുപൊളിച്ചവർക്ക്, ഗുജറാത്തിൽ വംശഹത്യക്കു നേതൃത്വം കൊടുത്തവർക്ക്, വർഗീയ കലാപങ്ങളിലൊക്കെയും മുങ്ങി നിൽക്കുന്നവർക്ക്, ഒരു സാംസ്കാരിക സംഘടനയുടെ സ്മരണകളുടെ നാൾവഴിക്കണക്കുകളും അപേക്ഷകളും കേട്ടു ചിരി വരുന്നുണ്ടാവും. എന്നാൽ, പുസ്തകങ്ങളുടെയും എഴുത്തിന്റെയും സംവാദത്തിൻെറയും ലോകത്തിൽ വ്യാപരിക്കുന്ന ഞങ്ങൾക്ക്; ത്രിശൂല വിതരണത്തിലും ആയുധപരിശീനത്തിലും ആവേശം കൊള്ളുന്ന നിങ്ങളുടെ പരിഹാസച്ചിരിയിൽ ഒരുനാളും പങ്കെടുക്കാനാവുകയില്ല. ഒരു തുള്ളി ചോരയും വെറുതെയായി പോവരുതെന്ന്, മതജാതി സങ്കുചിത രാഷ്ട്രീയാന്ധതകളുടെ മാത്രം പേരിൽ ഒരു പ്രാണൻപോലും നഷ്ടപ്പെട്ടു പോകരുതെന്ന് ആത്മാർഥമായി ആഗ്രഹിക്കുന്നതുകൊണ്ടു മാത്രമാണ് ഞങ്ങളാ ചിരിയിൽ പങ്കെടുക്കാതിരിക്കുന്നത്. ചിലപ്പോൾ മാത്രം, അതും ചിലതു മാത്രം ഞെട്ടിയുണർന്ന് ഓർക്കുന്നവരെ ഒന്നും മറന്നുപോകരുതെന്നു സവിനയം ഓർമിപ്പിക്കാൻ വേണ്ടിമാത്രമാണു ഗാന്ധിവധ തീയതി മുതൽ, ഡൽഹിയിലെ സി പി എം കേന്ദ്ര കമ്മിറ്റി ഓഫീസിനു നേരെ സംഘപരിവാർ ശക്തികൾ നടത്തിയ കൈയേറ്റ തീയതിവരെ ഞങ്ങൾ ചരിത്രത്തിന്റെ ചുമരിൽ കുറിച്ചിടുന്നത്. ഗാന്ധിജി വധിക്കപ്പെട്ടപ്പോൾ, കൊലയാളി സംഘത്തിനെതിരേ പ്രതികരിക്കുന്നതിൽ ദേശാഭിമാനികളായ കമ്യൂണിസ്റ്റുകാരാണ് പ്രധാനമായും രംഗത്തുണ്ടായിരുന്നതെന്ന് അന്നു *മാതൃഭൂമി* പത്രം റിപ്പോർട്ട് ചെയ്തിരുന്നു! *മാതൃഭൂമി*യുടെ പഴയ പത്രത്താളുകളിൽ എത്രയെത്ര പരമാർഥങ്ങളാണ് പൊടിപിടിച്ചു കിടക്കുന്നത്.

വലിയൊരു യുദ്ധം സ്വാഗതാർഹം എന്ന് ഔദ്ധത്യത്തോടെ പറയാൻ കഴിയുന്ന ഒരിന്ത്യൻ പ്രസ്ഥാനം സംഘപരിവാർ മാത്രമാണെന്ന സത്യം സർവതും സമവാക്യങ്ങളിലും ബ്രാക്കറ്റുകളിലും എങ്കിലുകളിലും പക്ഷേകളിലുമായി ഒതുക്കുന്ന കോളമിസ്റ്റുകൾ മറക്കാതിരിക്കണം.

ചീനയുമായുള്ള ഒരേറ്റുമുട്ടലിനു ദാഹിച്ചുകൊണ്ടു ഗോൾവാൾക്കർ എഴുതി: "...ഭാരതീയ പരാക്രമത്തിന്റെ പരമോച്ചകോടി ലോകത്തിനപ്പോൾ കാണുവാൻ കഴിയുമായിരുന്നു. പാകിസ്താനെപ്പോലുള്ള നിസ്സാര ശക്തിയുമായി മാത്രം ഏറ്റുമുട്ടുന്നതിൽ എന്തു തമാശയാണുള്ളത്? യുദ്ധത്തെപ്പോലും ഒരു 'കോമഡി ഷോ' മാത്രമായി ആസ്വദിക്കുന്ന സംഘപരിവാറിനു സി പി എം കേന്ദ്രകമ്മിറ്റി ഓഫീസ് ആക്രമിക്കാൻ മാത്രമുള്ള ഒരിരയായി തോന്നിയിരിക്കണം!

സമാധാനം ഭീരുക്കളുടെ സ്വപ്നമാണെന്ന് മുമ്പ് ആക്രോശിച്ചത് ഫാസിസ്റ്റ് മുസോളിനിയായിരുന്നു. സ്വന്തം അനുയായികളോട് അദ്ദേഹം ആജ്ഞാപിച്ചത് ചോരകൊണ്ടു ചിന്തിക്കാനായിരുന്നു. മ്യൂസിയങ്ങളും ചരിത്രസ്മാരകങ്ങളും ആരാധനാലയങ്ങളും ജനാധിപത്യ പ്രസ്ഥാ

നങ്ങളുടെ ഓഫീസുകളും അന്നവർ ഇടിച്ചു നിരത്തിയതു മുസോളിനിക്കും ഹിറ്റ്ലർക്കും അഭിവാദ്യങ്ങൾ അർപ്പിച്ചുകൊണ്ടായിരുന്നു. സംവാദങ്ങളിൽ നിന്നല്ല സൈനിക പരിശീലനങ്ങളിൽ നിന്നാണവർ ശക്തി സംഭരിച്ചത്. വിസിലും മസിലും തമ്മിലുള്ള ബന്ധത്തെയാണവർ അച്ചടക്കമെന്നപേരിൽ ആരാധിച്ചത്! കൽപ്പിക്കലിന്റെയും അനുസരിക്കലിന്റെയും ഒരടഞ്ഞ ലോകത്തിൽനിന്ന് ക്രൂരതകളുടെ ലോകത്തിലേക്കാണവർ കുതിച്ചത്. അങ്ങനെയാണവർ! 'കരുത്തരെന്ന' കീർത്തിമുദ്ര സ്വന്തം യൂണിഫോമുകളിൽ തുന്നിപ്പിടിപ്പിച്ചത്. എന്നാൽ, കൊലകളിൽ പ്രത്യേക പരിശീലനംനേടിയ സായുധസംഘങ്ങൾ, ജനശക്തിക്കു മുന്നിൽ ഒടുവിൽ കീഴടങ്ങുകയാണുണ്ടായത്. ലക്ഷക്കണക്കിനു മനുഷ്യരെ കൊന്നുതള്ളാൻ ഫാസിസ്റ്റുകൾക്കു കഴിഞ്ഞെങ്കിലും അവർക്കു മനുഷ്യത്വത്തെ തോൽപ്പിക്കാൻ കഴിഞ്ഞില്ല. ഫാസിസ്റ്റുകളുടെ കൊലവിളികളല്ല, മറിച്ച് ഫാസിസ്റ്റുവിരുദ്ധ ചെറുത്തുനിൽപ്പിന്റെ ധീരോദാത്തമായ സ്മരണകളാണ് ഇന്നും ചരിത്രത്തിൽ നിറഞ്ഞു നിൽക്കുന്നത്.

ഇറ്റലിയിലും ജർമനിയിലും ഫാസിസവും നാസിസവും ഏറെക്കുറെ മൃതമായെങ്കിലും, മുസോളിനിയിൽനിന്നും ഹിറ്റ്ലറിൽനിന്നും ആവേശമുൾക്കൊണ്ട, സംഘപരിവാർ പ്രസ്ഥാനം ഇന്ത്യയിലിപ്പോഴും 'സൈനികാർഥത്തിൽ' സജീവമാണ്. ബഹുജന പിന്തുണയെ നിസ്സാരമാക്കും വിധമുള്ള ' സൈനികശക്തി' കൊണ്ടാണവർ മുമ്പെന്നപോലെ ഇന്നും ഇന്ത്യൻ ജനതയെ കടന്നാക്രമിച്ചുകൊണ്ടിരിക്കുന്നത്. കായിക ഭീകരതയുടെയും സൈദ്ധാന്തിക ഭീകരതയുടെയും ഒരു സംയുക്തമെന്ന നിലയിൽ ഇന്ത്യൻ ജനതയിലൊരു വിഭാഗം സംഘപരിവാർ ശക്തികളെ ഇന്നും തിരിച്ചറിയാത്തതുകൊണ്ടാണ്, സാംസ്കാരികമായി പിന്നാക്കം നിൽക്കുന്ന ചില പ്രദേശങ്ങളിൽ അവരിപ്പോഴും വളരുന്നത്.

സാംസ്കാരിക പ്രബുദ്ധത പകർന്നുകൊടുക്കുന്നതിനുപകരം, കൂട്ടക്കൊലയ്ക്കുള്ള പരിശീലനമാണ് കൊച്ചുകുട്ടികൾക്കു മുതൽ മുതിർന്നവർക്കു വരെ അവർ നിരന്തരം നൽകുന്നത്. മണ്ണപ്പം ചുട്ടും, മാനത്തമ്പിളിമാമനെ കണ്ടും, പമ്പരം കറക്കിയും, പട്ടം പറത്തിച്ചും വളർന്നു വരേണ്ട ഒരു തലമുറയുടെ കൊച്ചുകൈയിൽ വടിയും വാളും കത്തിയും പിടിപ്പിക്കുന്നതിലെ ക്രൂരതക്കെതിരേമൗനംപാലിക്കുന്നവർ, മനുഷ്യ സംസ്കാരത്തെ മലിനമാക്കുന്നതിനു കൂട്ടു നിൽക്കുന്നവരാണ്. 'കൊല്ലുന്ന കളി' പരിശീലിപ്പിക്കുന്ന കാര്യവാഹക്മാരെയും ശിക്ഷക്മാരെയും 'വടിവാൾജി', 'കുന്തവാഹക്ജി' എന്നു മണമ്പൂർ രാജൻബാബു ഒരു കവിതയിൽ മുമ്പു പരാമർശിച്ചതു വായിച്ചതോർമയിലുണ്ട്.

സമാധാനം സംരക്ഷിക്കുന്നതിന്റെ ഭാഗമായി, 'താൽക്കാലികമായെങ്കിലും' സർവ ആയുധ പരിശീലനകേന്ദ്രങ്ങളും അടച്ചുപൂട്ടി ഉടൻ സീൽ വയ്ക്കുന്നതാവും ഉചിതം. പിക്കാസോയുടെ പ്രശസ്തമായ സമാധാനത്തിന്റെ വെള്ളപ്രാവുകളുടെ ചിറകുകൾ ഇല്ലെങ്കിൽ പിന്നെയും മുറിഞ്ഞു വീഴും.

2

ഒളവണ്ണയിൽ നിന്ന് ഒറീസയിലേക്ക്

'ഒളവണ്ണയിൽ' നിന്ന് 'ഒറീസ'യിലേക്കു കുറുക്കുവഴികളില്ല. രണ്ടു ദിവസത്തെ തീവണ്ടിയാത്രകൊണ്ടു കേരളത്തിൽ നിന്നാർക്കും ഒറീസയിലെത്താൻ കഴിയും. എന്നാൽ, 'ഒറീസ'ക്കും 'ഒളവണ്ണ'ക്കുമിടയിൽ നൂറ്റാണ്ടുകളുടെ അകലമുണ്ട്. സംഘപരിവാർ ആക്രമണത്തിനു വിധേയമായ 'ഒളവണ്ണ'യുൾപ്പെടെയുള്ള സ്ഥലങ്ങളിൽ എത്ര ചുറ്റിക്കറങ്ങിയാലും ആർക്കും ഇന്നത്തെ 'ഒറീസ'യിലെത്താൻ കഴിയില്ല.

'ഒറീസ' ഇന്നും ഒരു ശ്രീനാരായണ ഗുരുവിനെയോ, അയ്യങ്കാളിയെയോ കിനാവ് കാണാൻപോലുമാവാത്തവിധം ഏതോ വിദൂര ഭൂതകാലത്തിലാണു കഴിയുന്നത്! നവോത്ഥാനത്തിനുപകരം പുനരുത്ഥാനത്തിന്റെ പതാകയാണവിടെനിന്നു പറക്കുന്നത്.

ജാതി-മതാന്ധതയുടെ 'കൊല്ലി'കളിൽ നിന്നും ഒറീസ്സ മനുഷ്യത്വത്തിലേക്കു മിഴിതുറക്കുന്നതിന് ഇനിയും കാലമേറെയെടുക്കും. 'അവനവനാത്മ സുഖത്തിന്നാചരിക്കുന്നവ, അപരന്റെ സുഖത്തിനായ് വരേണം ' എന്ന കാഴ്ചപ്പാടിലേക്ക് കുതിക്കാൻ, അതിനിനിയുമെത്രയോ കാലം കാത്തിരിക്കേണ്ടിവരും. ശ്രീരാമദേവന്റെ പാദസ്പർശം കാത്തിരിക്കുന്ന 'അഹല്യ'മാർ കല്ലായിത്തന്നെ ഇപ്പോഴത്തെ ഒറീസയിൽ ജന്മമൊടുക്കേണ്ടിവരും!

ഇവിടെ മനുഷ്യരേക്കാൾ പരിഗണന 'കല്ലുകൾക്കും' കാളകൾക്കുമാണ്. ഒറീസയുടെ തലസ്ഥാനമായ ഭുവനേശ്വറിൽ വണ്ടിയിറങ്ങിയപ്പോൾ, ഞങ്ങളാദ്യം കണ്ടതു തടിച്ചുകൊഴുത്ത കാളകളെയാണ്. പിന്നെ ഒഴിഞ്ഞുകിടക്കുന്ന ചുമരുകളും! വംശഹത്യ നടക്കുന്ന ഒരു സംസ്ഥാനത്തിന്റെ തലസ്ഥാനം, ഒന്നുമറിയാത്ത ഒരു മന്ദബുദ്ധിയെപ്പോലെ മനോഹരമായി നിന്നു ചിരിക്കുന്നു! ക്രിസ്തുവിൽ വിശ്വസിച്ചതിന്റെ പേരിൽമാത്രം മനുഷ്യർ വേട്ടയാടപ്പെടുന്ന കന്ദമാൽ ജില്ല ഒറീസയിലേയല്ല എന്നു തോ

ന്നിപ്പിക്കുംവിധം, അത്രെത്ര മനോഹരമായാണ് പതിവ് 'പൂജാ' ആഘോഷങ്ങളിൽ വ്യാപൃതമായിരിക്കുന്നത്. ഇന്ത്യയ്ക്കകത്തും പുറത്തും സംഘപരിവാർ ക്രൂരതകൾക്കെതിരെ പ്രതിഷേധം ആളിക്കത്തുമ്പോൾ, ഒറീസയിലെ 'ഭൂരിപക്ഷം' മനുഷ്യരും എന്തേ മഴനനഞ്ഞ 'മരക്കുറ്റി' പോലെ, തണുത്തുറഞ്ഞു കിടക്കുന്നത്?

ഭുവനേശ്വറിൽനിന്ന്, സംഘപരിവാർ കുരുതിക്കളമാക്കിയ കന്ദമാൽ ജില്ല അകലെയായിരിക്കുന്നതു കൊണ്ടാവുമെന്നു കരുതി ആശ്വസിക്കാൻ ശ്രമിച്ചപ്പോഴാണു ഭുവനേശ്വറിൽത്തന്നെയുള്ള ബിഷപ് ഹൗസ് ആക്രമിക്കപ്പെട്ട വിവരം അറിയുന്നത്! എന്നിട്ടും ഭുവനേശ്വറിലെ ചുമരുകളിൽ ഒരു പോസ്റ്റർപോലും പതിയാതെപോയത് എന്തുകൊണ്ടാവും? പത്തു പേരെങ്കിലും മുഷ്ടിചുരുട്ടി പ്രതിഷേധിക്കുന്ന ഒരു കൊച്ചു ജാഥപോലും ഒറീസായാത്രയ്ക്കിടയിൽ ഞങ്ങൾക്കു കാണാൻ കഴിയാഞ്ഞത് എന്തുകൊണ്ടാവും? 'അനീതി പേമാരിപോലെ കോരിച്ചൊരിയുമ്പോൾ' 'നിർത്തൂ' എന്നൊരു നിലവിളി പോലുമുയരാത്തവിധം, ഒറീസയിലെ വൻ ഭൂരിപക്ഷംവരുന്ന മനുഷ്യർ ഇവ്വിധം നിർവികാരരായിരിക്കുന്നത് എന്തുകൊണ്ടാവും? ക്രിസ്ത്യാനികളും മുസ്ലിങ്ങളും കമ്യൂണിസ്റ്റുകാരും ഒടുങ്ങിത്തീരുന്ന ഒരു ശുദ്ധ 'ഭാരതമാതാവിനെ' സംഘപരിവാറുകാരെപ്പോലെ, ഈ പാവം മനുഷ്യരും സ്വപ്നംകാണുന്നുണ്ടാകുമോ?

ഒരുനേരത്തെ അന്നത്തിനുവേണ്ടി പെടാപ്പാടുപെടുന്ന ആ പാവം മനുഷ്യരുടെ മനസിൽ അത്തരം ദുഷ്ടചിന്തകൾ കൂടുകൂട്ടുന്നുണ്ടാവുമെന്നു കരുതാനാവുന്നില്ല. ചൂടിൽ വിയർത്തൊഴുകുന്ന അവർക്ക്, 'സവർണത' സൃഷ്ടിച്ച കൃത്രിമമായ 'ശുദ്ധാശുദ്ധ' കാഴ്ചപ്പാടിനു കഞ്ഞിവച്ചു കൊടുക്കാൻ കഴിയുമെന്നു വിശ്വസിക്കാനാവുന്നില്ല. പിന്നെന്താണു കന്ദമാലിലും പരിസരപ്രദേശങ്ങളിലും സംഘപരിവാർ നേതൃത്വത്തിൽ അരങ്ങേറുന്ന ക്രിസ്ത്യൻ പീഡനത്തിനെതിരേ ഒറീസയിലാകമാനം നിരന്തരം പ്രതിഷേധത്തിന്റെ പൊട്ടിത്തെറികൾ ഉണ്ടാവാത്തത്.

മൂന്നുനാലു വർഷം മുമ്പു കേരളത്തിലെ ഒളവണ്ണയിൽ ജീവകാരുണ്യപ്രവർത്തനം നിർവഹിച്ച കോഴിക്കോട്ടെ സ്നേഹഭവനിലെ സിസ്റ്റർമാരെ സംഘപരിവാർ പ്രവർത്തകർ ആക്രമിച്ചപ്പോൾ കേരളമാകെ പ്രതിഷേധത്തിന്റെ ഉരുക്കുകോട്ടയായി മാറി. ഒറീസ പക്ഷേ, ക്രൂരതകൾക്കെതിരേ കുതറുന്നേയില്ല!

ഒറീസയിൽനിന്ന് കേരളത്തിലേക്കു നാലു കൊല്ലത്തിന്റെയല്ല, നാന്നൂറ് കൊല്ലത്തിന്റെ അകലമുണ്ട്. കൊലയിൽ പ്രത്യേക പരിശീലനം നേടിയ സംഘകുടുംബാംഗങ്ങളിൽ പ്രമുഖമായ ബജ്രംഗ്ദൾ കേരളത്തിൽ ആവശ്യമില്ലെന്നു യുവമോർച്ചാ നേതാവ് സുരേന്ദ്രനുപോലും പറയേണ്ടിവന്നതിനു പിറകിൽ ശിരസുയർത്തി നിൽക്കുന്നതു കേരളത്തിന്റെ പ്രബുദ്ധതയുടെ കരുത്താണ്.

എത്രമേൽ രോഗബാധിതമാണെങ്കിലും കേരളത്തിലേക്കു ബജ്രംഗ്ദളിനെ സ്വാഗതംചെയ്യാൻ കേരളത്തിലെ സംഘപരിവാർ സുഹൃത്തു

ക്കൾക്കുപോലും കഴിയുന്നില്ല! കാരണം എന്തൊക്കെ പറഞ്ഞാലും കേരളത്തിന് എല്ലാം കാണുന്ന ഒരു കണ്ണുണ്ട്. ചോരയിലെഴുതിയ സമരചരിത്രങ്ങളുടെ ചൊടിയുണ്ട്. അവരുടെ ഹിറ്റ്ലറെക്കാൾ ഭീകരനാണു നമ്മുടെ മനുവെന്ന്, നിർവിശങ്കം വിളിച്ചുപറഞ്ഞവരുടെ ഓർമകളിൽ ഇപ്പോഴും ഇലകൾ വിരിയുന്നുണ്ട്. മുഖ്യധാരാ മാധ്യമങ്ങളൊരുക്കുന്ന സുവർണവഴികളിലിരുന്ന് 'സവർണത' ഇളിഭ്യച്ചിരി ചിരിക്കുമ്പോഴും കുണ്ടനിടവഴികളിലിരുന്ന് ഇവ്വിധം ചിരിക്കുന്നവർ നാളെ ഭയങ്കരമായ വാർത്തകൾ കേൾക്കാനിരിക്കുന്നതേയുള്ളൂവെന്നു ചിലരൊക്കെ വിളിച്ചുപറയുന്നുണ്ട്. ചുമ്മാ ചത്തുതരാൻ മനസില്ലെങ്കിലോ എന്ന ചോദ്യങ്ങൾ എവിടെയൊക്കെയോ അശാന്തമായി റോന്തുചുറ്റുന്നുണ്ട്. കേരളത്തിലേക്കു ബജ്രംഗ്ദൾ വരുന്നെന്നു കേട്ടാലൊന്നും അങ്ങനെ ഓടിപ്പോകാത്ത കരുത്തരുടെ ഒരു തലമുറ ഇവിടെയുണ്ട്. എന്നാൽ ഒറീസയിലതില്ല. ഒറീസയിലെ കന്ദമാൽ ഭരിക്കുന്നതു ഭീതിയാണ്. സർവർക്കും സർവരേയും സംശയമാണ്. അബദ്ധത്തിൽ ഉള്ളിൽ സൂക്ഷിക്കുന്ന സത്യമെങ്ങാൻ പുറത്തുചാടിയാൽ തടികേടാകുമെന്നവർ അനുഭവംകൊണ്ടറിഞ്ഞുകഴിഞ്ഞിരിക്കുന്നു. പീഡിതരായ ക്രിസ്തുമതവിശ്വാസികളെ സംബന്ധിച്ചിടത്തോളം ഒറീസയിലിന്നു സ്വന്തം പവിത്രമായ വിശ്വാസം ഒളിച്ചുവെക്കേണ്ട അവസ്ഥയാണുള്ളത്.

സംഘപരിവാർ തകർത്ത ചർച്ചുകൾക്കു മുകളിൽ കാവിക്കൊടികൾ ഇപ്പോഴും പറക്കുകയാണ്. അവയിലൊന്നിന്റെ ഫോട്ടോ എടുക്കാൻ ഞങ്ങൾ വാഹനമൊന്നു നിർത്താൻ, കന്ദമാൽ ജില്ലയിലെ റൈക്കക്കടുത്തുവച്ച് ആവശ്യപ്പെട്ടപ്പോൾ ഭുവനേശ്വർ സ്വദേശിയായ ഡ്രൈവർ വല്ലാതെ പരിഭ്രമിക്കുകയായിരുന്നു. വിജനമായ ആ പ്രദേശത്ത് എന്തിനിത്ര വേവലാതിപ്പെടണം എന്ന ന്യായമായ സംശയത്തിന് അയാൾക്കുത്തരമില്ലായിരുന്നു. എപ്പോഴും എന്തും സംഭവിക്കാവുന്നൊരവസ്ഥ കന്ദമാലിലെങ്ങും പതിയിരിക്കുന്നതുപോലെ അയാൾ പേടിച്ചാണ് ഒരൽപ്പസമയം വണ്ടി നിർത്തിയത്! ഒരു ചർച്ചിന്റെ മുകളിൽനിന്നു കാവിക്കൊടി അഴിച്ചുമാറ്റാൻ കഴിയാത്തവിധം നിയമവും നീതിയും ഇന്നു കന്ദമാലിൽ നിശ്ശബ്ദമാണ്. ആഴ്ചകൾ കഴിഞ്ഞിട്ടും ചർച്ചിന്റെ മുകളിൽനിന്ന് ആ കൊടി ആരും അഴിക്കുന്നില്ല! മുസ്ലിങ്ങളെയും ക്രിസ്ത്യാനികളെയും കമ്യൂണിസ്റ്റുകാരെയും മതേതരവാദികളെയും ആഭ്യന്തരശത്രുക്കളായി പ്രഖ്യാപിക്കുന്ന 'ഹിന്ദുരാഷ്ട്രത്തിന്റെ' ഒരു മിനി പതിപ്പായി ഒറീസയിലെ കന്ദമാൽ ജില്ല മാറിക്കഴിഞ്ഞിരിക്കുന്നു. എല്ലാ ഭാരതീയരും സഹോദരീസഹോദരന്മാരാണെന്ന പ്രബുദ്ധമായ പ്രതിജ്ഞാവാക്യത്തിനുപകരം എല്ലാ ഹിന്ദുക്കളും സഹോദരീസഹോദരന്മാരാണെന്നാണ് ഒറീസയിലെ സംഘപരിവാരം ഇപ്പോൾ ആക്രോശിക്കുന്നത്.

3

ഒറീസ വേട്ടയുടെ വേരുകൾ തേടുമ്പോൾ

'ഇന്നു നമ്മുടെമേൽ അനേകം ആപത്തുകൾ വന്നുവീണുകൊണ്ടിരിക്കുന്നു. എന്നിട്ടും നാം ദുർബലരായിത്തന്നെ ഇരിക്കുന്നു. നമ്മുടെ അമ്മപെങ്ങന്മാരുടെ മാനം രക്ഷിക്കാനോ ഭാര്യാപുത്രാദികളെ രക്ഷിക്കാനോ നമുക്ക് കഴിയുന്നില്ല. അന്യസമുദായങ്ങൾ നമ്മെ അവരുടെ ഭക്ഷ്യപദാർഥമായി കരുതുന്നു. നാം എന്തോ തീറ്റയ്ക്കു പറ്റിയ കിഴങ്ങുകളാണെന്നാണവരുടെ വിചാരം. ഹിന്ദുക്കളുടെ ഭാര്യമാരും കുട്ടികളും അവരുടെ സ്വത്താണെന്ന് അവർ കരുതുന്നപോലെ തോന്നുന്നു. നമ്മുടെ ദുർബലത കാരണം, നമ്മെ ഭയപ്പെടേണ്ട ആവശ്യമേ ഉണ്ടെന്നു അവർക്കു തോന്നുന്നില്ല. ഇന്ന് ഹിന്ദുസ്ഥാനത്തിൽ 25 കോടി ഹിന്ദുക്കൾ ഉണ്ട്. ഇവിടുത്തെ ആകെ ജനസംഖ്യ മുപ്പത്തഞ്ചു കോടിയാണ്. ബാക്കി പത്തു കോടി എവിടെനിന്നു വന്നു? ഈ പത്തുകോടിയും നമ്മിൽനിന്നുതന്നെ പുറത്തുപോയവരാണ്. നമ്മുടെ കുംഭകർണ്ണനിദ്രകാരണം, അവർ നമ്മിൽനിന്നും അകന്നുപോയി. നാം ഉറങ്ങിക്കിടന്നു: അതിനാൽ അവർ നമ്മിൽനിന്നും വിട്ടുപോയി. ഇനിയെങ്കിലും നമുക്ക് കണ്ണു തുറക്കുക. ഇനിമേൽ ഈ പാപം നമ്മിൽനിന്നു വരാതിരിക്കട്ടെ. ഇന്ന് നമ്മെ ഭക്ഷ്യപദാർഥമായെണ്ണുന്നവർ നാളെ നമ്മെ ഭയപ്പെടണം. ഇഷ്ടമുള്ളവർക്കെല്ലാം തട്ടിക്കൊണ്ടുപോകത്തക്കവണ്ണം നാം അത്ര ദുർബലരല്ല. നമ്മുടെ ഘോരമായ പാപം കാരണം, നമ്മുടെതന്നെ അംഗങ്ങൾ നമ്മിൽനിന്നും വിട്ടുപോയി. ഇനി നാമും മുള്ളുകളായിത്തീർന്നിരിക്കുന്നു. നമ്മെ ഭക്ഷിക്കാൻ വായിലെടുത്തിടുന്നവർക്ക് അവരുടെ വായ രക്തമയമാകുമെന്ന് മനസിലാകണം. നമ്മുടെ സമാജത്തെ സംഘടതിവും ബലശാലിയുമാക്കിത്തീർക്കുന്നതിനാണ് രാഷ്ട്രീയസ്വയംസേവക സംഘം ജന്മമെടുത്തിട്ടുള്ളത്'. (ഡോ. ഹെഡ്ഗെവാറിന്റെ പ്രസംഗങ്ങത്തിൽ നിന്ന്). ഒറീസയിലെ സംഘർഷത്തിന്റെ വേരുകൾ തീർച്ചയായും വളരെ ആഴത്തിലുള്ളതാണ്.

അപ്പംകൊണ്ട് മാത്രമല്ല മനുഷ്യൻ ജീവിക്കുന്നതെന്നുള്ളത് ശരിയാണ്. എന്നാൽ അപ്പം ഒരൽപ്പംപോലും കിട്ടാതിരിക്കുമ്പോൾ, ഇത്തരം തർക്കങ്ങളൊക്കെയും അപ്രസക്തമാകും. ശരീരബ്രഹ്മത്തെ അവഗണിച്ചുകൊണ്ട്, 'പരബ്രഹ്മത്തെ' ആശ്ലേഷിക്കാനാവില്ല. 'മതമല്ല, മതമല്ല, മതമല്ല പ്രശ്നം, എരിയുന്ന പൊരിയുന്ന വയറാണ് പ്രശ്നം' എന്ന മുദ്രാവാക്യം മുമ്പും മുഴക്കിയത് വ്യത്യസ്ത മതവിശ്വാസങ്ങൾ പിന്തുടർന്ന മനുഷ്യർ തന്നെയായിരുന്നു. തലനാരിഴകീറിയുള്ള തത്വചിന്താപരമായ തർക്കങ്ങളിൽനിന്നായിരുന്നില്ല, തലകറങ്ങി വീഴുന്ന നേരുകളിൽനിന്നാണ്, ആദിവാസികളും 'ഞങ്ങൾക്ക് പയിക്കുന്നേ' എന്നാർത്ത് കരഞ്ഞത്. *ഖുറാനോ ബൈബിളോ ഗീതയോ* അവരുടെ വിശപ്പ് ശമിപ്പിക്കുമായിരുന്നില്ല. സൂക്തങ്ങളുടെയും മന്ത്രങ്ങളുടെയും സങ്കീർത്തനങ്ങളുടെയും കുറവുകൊണ്ടല്ലവർ അന്നും നെഞ്ചത്തടിച്ച് നിലവിളിച്ചത്.

അങ്ങനെയിരിക്കെ വിശപ്പിന് ഭക്ഷണവും, രോഗത്തിന് മരുന്നും പഠിക്കാൻ വിദ്യാലയങ്ങളും ഒരുക്കിത്തന്നവരോടവർക്കാഭിമുഖ്യം തോന്നിയെങ്കിൽ അതിലെന്താണിത്ര അതിശയിക്കാനുള്ളത്. ആശയപരമായ ബോധ്യങ്ങളുടെ അഭാവത്തിൽതന്നെ, ആപത്തിൽ സഹായിച്ചവരോടൊപ്പമവർ ചേർന്നുനിന്നെങ്കിൽ, അതിന്നവരെ എങ്ങനെ കുറ്റപ്പെടുത്തും. ഹനുമാൻ വിഗ്രഹം വിതരണം ചെയ്തും ശബരി ആഘോഷങ്ങൾ സംഘടിപ്പിച്ചും, ഇത് തടയാനാവുമെന്ന് കരുതുന്ന വിശ്വഹിന്ദുപരിഷത്ത് പ്രവർത്തകർ, വിശക്കുന്നവന് ഹനുമാൻ വെച്ചു വിളമ്പി കൊടുക്കുമോ എന്ന്, കുഷ്ഠരോഗിയെ ശബരി കഴുകിവൃത്തിയാക്കി കൊടുക്കുമോയെന്ന് ആലോചിക്കുന്നുപോലുമില്ല. വിഗ്രഹങ്ങൾക്കുപകരം പുരാണത്തിലെ എന്താവശ്യപ്പെട്ടാലും നൽകാൻ കഴിവുണ്ടായിരുന്ന 'അക്ഷയപാത്രം' നൽകാൻ വിശ്വഹിന്ദു പരിഷത്തുകാർക്ക് കഴിഞ്ഞിരുന്നെങ്കിൽ ഒരാദിവാസിയും, സ്വയം ബോധ്യതയുടെ ലഹരിയിൽ അത്രമേൽ മാറാതെ, 'മതപരിവർത്തനം' നിർവഹിക്കുമായിരുന്നില്ല. അല്ലെങ്കിലും, മാറാൻമാത്രം ആദിവാസിക്കെന്ത് 'മത'മാണുള്ളത്? മാറിക്കഴിഞ്ഞാലും ജീവിതസാഹചര്യങ്ങൾ മാറുന്നില്ലെങ്കിൽ ഏത് മതങ്ങൾകൊണ്ടും അവർക്കെന്ത് പ്രയോജനമാണുള്ളത്? ആദിവാസി ആവശ്യപ്പെടുന്നത് മതമല്ല, ജീവിതമാണ്. പരിമിതിമായ തോതിലാണെങ്കിലും, അത് അവർക്ക് നൽകിയത് വിശ്വഹിന്ദുപരിഷത്തുകാരല്ല, മിഷനറിമാരാണ്.

കുഷ്ഠരോഗികളെ ശുശ്രൂഷിക്കുന്നതിൽ മുഴുകിയ ഗ്രഹാംസ്റ്റെയിനെയും പിഞ്ചുകുട്ടികളെയും ചുട്ടുകൊന്നും, കത്തോലിക്കാ പുരോഹിതനായിരുന്ന അരുൾദാസിനെ കൊന്നും ക്രിസ്ത്യൻ ആസ്ഥാനങ്ങൾ ആക്രമിച്ചും ശവകുടീരങ്ങൾ കുത്തിതുറന്ന് മൃതദേഹങ്ങൾ പുറത്തെറിഞ്ഞും, *ബൈബിൾ* കത്തിച്ചും സംഘപരിവാർ ശക്തികൾ നടത്തിയ ന്യൂനപക്ഷ പീഡനങ്ങളൊക്കെയും മതേതരത്വത്തിന്നെതിരായ യുദ്ധപ്രഖ്യാപനമായിരുന്നു. ഇന്നുമതവർ തുടരുകയാണ്. വരയെ വരകൊണ്ടും, പ്രബന്ധത്തെ പ്രബന്ധംകൊണ്ടും മതപ്രചാരണത്തെ മതപ്രചാരണം

കൊണ്ടും എതിർക്കുന്നതിനുപകരം, ത്രിശൂലവിതരണത്തിലേക്ക് ആശയപ്രചാരണ പ്രവർത്തനത്തെ ചുരുക്കുന്ന പ്രവർത്തനത്തിൽനിന്ന് സംഘപരിവാർ പിന്തിരിയുകയാണ് വേണ്ടത്. മതം സ്വീകരിക്കാനും തള്ളിക്കളയാനും ഒരു മതത്തിൽനിന്ന് മറ്റൊരു മതത്തിലേക്ക് മാറാനും തിരിച്ച് വീണ്ടും ആവശ്യമായാൽ മുൻമതത്തിലേക്കുതന്നെ തിരിച്ചുവരാനുമുള്ള ഒരു വ്യക്തിയുടെ സ്വന്തം മതം തിരഞ്ഞെടുക്കാനുള്ള സ്വാതന്ത്ര്യത്തെ എന്തിന് മതശക്തികൾ ഭയപ്പെടണം. ദൈവവും വ്യക്തിയും തമ്മിൽ സ്ഥാപിക്കുന്നൊരു ആത്മബന്ധത്തിൽ മതപാർട്ടികളും പൗരോഹിത്യവും ഇത്രമേൽ പ്രകോപിതരാവുന്നതെന്തിന്? തങ്ങളുടെ മതത്തിൽനിന്ന് ഒരാൾ മറ്റൊരു മതത്തിലേക്ക് പോയതോർത്ത് വെപ്രാളപ്പെടുന്നവരും, സ്വന്തം മതത്തിലേക്ക് ഒരാളെ കിട്ടിയതോർത്ത് തുള്ളിച്ചാടുന്നവരുമാണ് സത്യത്തിൽ മതപരിവർത്തനത്തെ സംഘർഷ കാരണമാക്കുന്നത്. പൗരാവകാശങ്ങൾകൊണ്ടാണിവർ പന്തുകളിക്കുന്നത്. 'മതമേതായാലും മനുഷ്യൻ നന്നായാൽ മതി'യെന്നും മനുഷ്യൻ നന്നാവാൻ മനസുനന്നായാൽ മതിയെന്നും 'മതസൗഹാർദ്ദവേദികളിൽ' സ്വന്തം മതഗ്രന്ഥങ്ങളെ സാക്ഷിയാക്കി വാദിക്കുന്നവരൊക്കെയും തങ്ങളിൽപെട്ടവർ മറ്റു മതങ്ങളിലേക്ക് മാറിയാൽ മുമ്പ് പറഞ്ഞതൊക്കെ മറന്ന്, തെറിവിളിയുടെ ഭാഷയിലേക്ക് തിരിച്ചുപോവുന്നതെന്തുകൊണ്ടാണ്? ഇനി മതപരിവർത്തനത്തിൽ എന്തെങ്കിലും പ്രശ്നമുണ്ടെങ്കിൽ അത് മാറിയ വ്യക്തിയും ദൈവവും തമ്മിൽ നേരിട്ട് പരിഹരിച്ചോട്ടെ എന്നൊരു ഉദാരകാഴ്ചപ്പാടെങ്കിലും സർവം ക്ഷമിക്കാനും പൊറുക്കാനും പഠിപ്പിക്കുന്ന മതങ്ങൾക്കൊക്കെയുംകൂടി അങ്ങേറ്റെടുത്താലെന്താണ്? മതങ്ങൾ വിചാരിച്ചാൽപോലും മതരാഷ്ട്രീയക്കാർ, അതിനവരെ അനുവദിക്കാത്തതുകൊണ്ടാവുമോ?

ഒറീസയിലെ ക്രിസ്ത്യൻ വിശ്വാസികൾക്കെതിരെയുള്ള സംഘപരിവാർ ഇടപെടൽ ഏതെങ്കിലുമൊരു സംഭവത്തോടുള്ള പ്രതികരണമെന്നതിനേക്കാൾ, സംഘപരിവാറിന്റെ മറ്റു മതസ്ഥരോടുള്ള കാഴ്ചപ്പാടിന്റെ തുടർച്ചയിൽവെച്ചാണ് പഠിക്കേണ്ടത്. 'ആദിവാസി' എന്ന ശരിയായ പ്രയോഗത്തിന്റെ സ്ഥാനത്ത്, 'വനവാസി' എന്ന സവിശേഷപ്രയോഗം നിർബന്ധപൂർവം നിലനിർത്തുന്നതിൽതന്നെ, അവരുടെ രാഷ്ട്രീയ ലക്ഷ്യം പ്രകടമാണ്. മുസ്ലീം രാജാക്കന്മാരുടെ മതപരിവർത്തനശ്രമങ്ങളിൽനിന്ന് രക്ഷപ്പെടാൻ കാട്ടിൽപോയ ഹിന്ദുക്കളാണ്, ഇന്ന്, 'ആദിവാസി' എന്നറിയപ്പെടുന്ന വനവാസിയായി തീർന്നതെന്നാണവർ വാദിക്കുന്നത്. കാട്ടിൽതന്നെ സ്ഥിരമായി താമസിച്ചതുകൊണ്ടാണത്രേ ഇവർ അകറ്റിനിർത്തപ്പെടുംവിധം അയിത്തക്കാരായി മാറിയത്! ഒരു പേരുമാറ്റത്തിലൂടെ സംഘപരിവാർ സാധിച്ചിരിക്കുന്നത് വിവേചനത്തിൽമാത്രം നിലനിൽക്കുന്ന ബ്രാഹ്മണിക്കൽ പ്രത്യയശാസ്ത്രത്തെ വെള്ളപൂശലും ചരിത്രത്തെ വളച്ചൊടിക്കലുമാണ്. ഇതുവഴി അവർ ലക്ഷ്യംവെക്കുന്നത്, 'വനവാസികൾ' എന്നവർ മുദ്രചാർത്തിയ ആദിവാസികളെ, അവരുടെ സ്വന്തം ഹിന്ദുവീട്ടിലേക്ക് തിരിച്ചുകൊണ്ടുവരാനാണ്!

രണ്ട് പ്രധാന ആശയങ്ങളാണ് സംഘപരിവാർ മതപരിവർത്തനവുമായി ചേർത്തവതരിപ്പിക്കുന്നത്. ഒന്ന് ആരെങ്കിലും ഹൈന്ദവേതര മതങ്ങളിലേക്ക് മാറിയാൽ അവർ ഭാരതീയരല്ലാതായിത്തീരും എന്ന ഫാസിസ്റ്റ് യുക്തിയാണ്. ഹിന്ദുസംഘടനകൾ വനവാസികളെ മതം മാറ്റുന്നത് ശരിയും പള്ളി അവരെ മതം മാറ്റുന്നത് തെറ്റുമാണെന്ന വിചിത്രയുക്തിയാണവർ രണ്ടാമതായി മുന്നോട്ട് വെക്കുന്നത്. ആദ്യയുക്തിയനുസരിച്ച് കാശ്മീരും നാഗാലാണ്ടും മിസോറാമുമെല്ലാം ഹിന്ദുഭൂരിപക്ഷ പ്രദേശമല്ലാത്തതുകൊണ്ടാണ് വിഘടനപ്രവണതകൾ പ്രകടിപ്പിക്കുന്നത്. മതപരിവർത്തനത്തിന് വിധേയരായവർ, രാഷ്ട്രശത്രുക്കളാവുമെന്നതിൽ ഇവർക്കൊരു തർക്കവുമില്ല. ബി സി മൂന്നാംനൂറ്റാണ്ടിലെ അശോകൻ മുതൽ, 1956ൽ ലക്ഷക്കണക്കിന് അനുയായികളോടൊപ്പം മതപരിവർത്തനം നടത്തിയ അംബേദ്കർ വരെയുള്ളവരെ മുഴുവൻ രാജ്യദ്രോഹികൾ എന്നവർ വിളിച്ചിട്ടില്ലെങ്കിലും; അംബേദ്കർക്കെതിരെ 'കള്ളദൈവം' എന്ന് സംഘപരിവാർ ധൈഷണികനായ അരുൺഷൂരി ആക്രോശിച്ചിട്ടുണ്ട്! സംഘപരിവാർ കാഴ്ചപ്പാടിൽ മതപരിവർത്തമെന്ന് പറയുന്നത്, ഒരു മതത്തിൽനിന്ന് മറ്റൊരു മതത്തിലേക്കുള്ള മാറ്റമല്ല, മറിച്ച് മൂലധർമ്മം വിട്ട് വിദേശക്കൂറുള്ള മതങ്ങളിലേക്കുള്ള മാറ്റമാണ്! ഇതനുസരിച്ച് മറ്റ് മതങ്ങളിൽ നിന്ന് ഹിന്ദുമതത്തിലേക്കുള്ള മാറ്റം മതപരിവർത്തനമല്ല, മൂലധർമ്മതറവാട്ടിലേക്കുള്ള തിരിച്ചുവരവാണ്! ഏതെങ്കിലുമൊരാൾ സ്വയംബോധ്യത്തിന്റെ പേരിൽ ഹിന്ദുമതത്തിൽനിന്ന് മാറിപ്പോയാൽ 'ഇന്ത്യൻ ദേശീയതക്ക് ഇടിവ് സംഭവിക്കുമെന്ന' സ്വന്തം വാദത്തിന് ശക്തികൂട്ടാൻ വിവേകാനന്ദനെയുമവർ കൂട്ടുപിടിക്കുന്നു. 'ഓർമ്മയിരിക്കട്ടെ, ഹിന്ദുസമാജം ഉപേക്ഷിച്ചുപോകുന്ന ഓരോ ആളും ഹിന്ദുക്കളുടെ ഒരു എണ്ണം കുറയ്ക്കുക മാത്രമല്ല, ശത്രുസംഖ്യയിൽ ഒന്നുകൂട്ടുകകൂടി ചെയ്യുന്നുണ്ട്.' ഒറീസകളുണ്ടാവുന്നത് വെറുതെയല്ല. 'ക്രൈസ്തവവൽക്കരണം ഭാരതത്തിൽ' എന്ന അരുൺഷൂരിയുടെ പുസ്തകം ആസൂത്രിതമായ ക്രൈസ്തവകുരുതികൾക്ക് കാരണമായിതീർന്നു എന്ന വിമർശനവും ഇത്തരമൊരു പശ്ചാത്തലത്തിൽ മറക്കരുത്.

സത്യത്തിൽ സംഘപരിവാർ മതപരിവർത്തനത്തിന്റെ പേരിൽ ഇന്ന് നിർവഹിക്കുന്നത് ഒരു നിഴൽയുദ്ധമാണ്. ആരെയും ഉൾക്കൊള്ളാനാവാത്ത ബ്രാഹ്മണിക്കൽ പ്രത്യയശാസ്ത്രത്തിന്റെ നിസ്സഹായതയാണ് അവരുടെ മതപരിവർത്തന വിരുദ്ധ യുദ്ധത്തിന്റെ 'ന്യൂക്ലിയസ്സായി' നിലനിൽക്കുന്നത്. തങ്ങൾക്ക് കഴിയാത്തത്, മറ്റുള്ളവർ ചെയ്യുന്നതിലുള്ള ഒരുതരം അസഹിഷ്ണുതയാണ് പൗരരുടെ മതപരിവർത്തനാവകാശത്തെ വെല്ലുവിളിക്കാൻ വേണ്ടി ഇന്നുമവർ ആവർത്തിച്ചുപയോഗിക്കുന്നത്. അംബേദ്ക്കർ എഴുതി: 'ഒരുകാലത്ത് ഹിന്ദുമതം മിഷനറിമതമായിരുന്നുവെന്നു സമ്മതിക്കണം. അല്ലായിരുന്നെങ്കിൽ അതിന് ഇന്ത്യയിലാകെ പടർന്നു വളരുവാൻ കഴിയുമായിരുന്നില്ല. എന്നാൽ ഇന്ന് അതൊരു മിഷനറിമതമല്ലെന്ന വസ്തുതയും അംഗീകരിക്കണം. അതിനാൽ ഹിന്ദു

മതം പണ്ട് എങ്ങനെ ആയിരുന്നു എന്നതല്ല പ്രശ്നം. യഥാർഥ പ്രശ്നം, അത് എങ്ങനെ മിഷനറിമതമല്ലാതായിത്തീർന്നു എന്നതാണ്. എന്റെ ഉത്തരമിതാണ്: ഹിന്ദുമതം മിഷനറിമതമല്ലാതായി മാറിയത് അതിൽ ജാതി വ്യവസ്ഥ വളർന്നുവന്നപ്പോഴാണ്. മതപരിവർത്തനവുമായി പൊരുത്തപ്പെടുന്നതല്ല ജാതി. തത്വവാദങ്ങൾ മനസിൽ നിരന്തരം കുത്തിനിറയ്ക്കുന്നതുകൊണ്ടുമാത്രം മതപരിവർത്തനം എളുപ്പമാവുകയില്ല. മതപരിവർത്തനത്തിന് സാമൂഹിക ജീവിതത്തിൽ ഒരു സ്ഥാനം നൽകുകയെന്നതാണ് പ്രധാനം. അയാൾക്ക് എവിടെ, ഏതു ജാതിയിൽ സ്ഥാനം നൽകപ്പെടും എന്നതാണ് പ്രശ്നം. അന്യമതസ്ഥരെ ഹിന്ദുമതത്തിലേക്കു മാറ്റിയെടുക്കാനാഗ്രഹിക്കുന്ന ഓരോ ഹിന്ദുവിനെയും അലട്ടുന്ന പ്രശ്നമാണിത്. ഒരു ജാതിയിലെ അംഗത്വം ഒരു ക്ലബ്ബിലേതുപോലെ വന്നുകയറുന്ന എല്ലാവർക്കും നൽകാനുള്ളതല്ല. ജാതിയിലെ അംഗത്വം അതിൽ ജനിക്കുന്നവർക്കുമാത്രമായി പരിമിതപ്പെടുത്തിയിട്ടുള്ളതാണ്. ജാതികൾ സ്വതന്ത്രമാണ്. അതിന്റെ സാമൂഹിക ജീവിതത്തിൽ ഒരു നവാഗതനും പ്രവേശനം നൽകണമെന്നു നിർബന്ധിക്കാൻ കഴിയുന്ന ഒരു ശക്തിയുമില്ല. ഹൈന്ദവസമൂഹം ജാതികളുടെ ഒരു സമാഹാരമായിരിക്കുകയും ഓരോ ജാതിയും സങ്കുചിതമായ ഓരോ സംഘമായിരിക്കുകയും ചെയ്യുന്നതിനാൽ അതിൽ മതപരിവർത്തനത്തിനു സ്ഥാനമില്ല. അങ്ങനെ അന്യമതസ്ഥരിൽ നിന്ന് ആളുകളെ ഉൾക്കൊള്ളാനും സ്വയം വികസിക്കാനും ഹിന്ദുക്കൾക്കു തടസമായി നിന്നിട്ടുള്ളത് ജാതികളാണെന്നു വ്യക്തം. ജാതി നിലനിൽക്കുന്നിടത്തോളം ഹിന്ദുമതത്തിന് ഒരു മിഷനറി മതമാകാൻ സാധ്യമല്ല. വിശുദ്ധിയെന്നത് വിഡ്ഢിത്തവും നിഷ്ഫലവും മാത്രം.'(അംബേദ്ക്കർ). ആയതിനാൽ ഒറീസയിലടക്കം സകലസ്ഥലത്തും മതപരിവർത്തനത്തിന്നെതിരെയല്ല, ബ്രാഹ്മണിക്കൽ പ്രത്യയശാസ്ത്രത്തിന്റെ ഹൃദയമായ ജാതിവ്യവസ്ഥക്കെതിരെയാണ് സംഘപരിവാർ സമരം നയിക്കേണ്ടത്. ജാതിവ്യവസ്ഥയുമായി ശൃംഗരിക്കുന്ന ഒരു മതത്തിനും സംഘടനയ്ക്കും അവരാക്ഷേപിക്കുന്ന മതപരിവർത്തനത്തെ പോലും നിവർന്നുനിന്ന് നേരിടാൻ കഴിയില്ല.

4

ഗുജറാത്തിൽനിന്ന് ഒറീസയിലേക്ക്

കാണാത്ത കണ്ണീരിൽ, പറയപ്പെടാത്ത നോവുകളിൽ, ഗുജറാത്തെന്നപോലെ ഒറീസയും നീറുകയാണ്. എത്ര മറക്കാൻ ശ്രമിച്ചാലും മുടന്തിവരുന്ന ഓർമകളിൽനിന്നും ചോര കുത്തിയൊഴുകുകയാണ്. സംഘപരിവാർ ആക്രോശങ്ങൾക്കിടയിലെവിടെയോ വച്ച്, പൊളിഞ്ഞുവീഴുന്നത് ഇന്ത്യൻ മതനിരപേക്ഷതയുടെ മഹാസൗധങ്ങളാണ്. ന്യൂനപക്ഷങ്ങളെ നിവർന്നുനിൽക്കാൻ അനുവദിക്കുകയില്ലെന്ന അവരുടെ ധാർഷ്ട്യങ്ങൾക്കു മുമ്പിൽ സർക്കാരുകൾ നിശ്ശബ്ദമാവുകയാണ്. വംശഹത്യകളുടെ നേതൃത്വമേറ്റെടുത്ത് ഗുജറാത്ത് സർക്കാരും ആ വഴിയെ സഞ്ചരിക്കാൻ ശ്രമിക്കുന്ന ഒറീസ സർക്കാരും സംഘപരിവാർ ഫാസിസത്തിന് സ്വാഗതമാശംസിക്കുന്ന തിരക്കിലാണ്. മതനിരപേക്ഷ പ്രസ്ഥാനങ്ങളിലും നീതിപീഠങ്ങളിലും മനുഷ്യാവകാശ പ്രവർത്തകരിലും മാധ്യമങ്ങളിലുമായി, ഇരകളുടെ അതിജീവനപ്രതീക്ഷകൾ പരിമിതപ്പെട്ടുകൊണ്ടിരിക്കുകയാണ്. കേരളത്തിന്റെ 'മതേതര മനസിന്' ഉൾക്കൊള്ളാനാവാത്തവിധമുള്ള, ക്രൂരതകളാണ് ന്യൂനപക്ഷങ്ങൾക്കെതിരെ സംഘപരിവാർ നേതൃത്വത്തിൽ, 'ഭരണകൂട സഹായത്തോടെ', ഉത്തരേന്ത്യൻ സംസ്ഥാനങ്ങളിൽ നടക്കുന്നത്.

വിശാലമായ ഇന്ത്യക്കകത്ത് മനുഷ്യത്വത്തെ കിടിലംകൊള്ളിക്കും വിധം 'കുട്ടി ഹിന്ദുരാഷ്ട്രങ്ങൾ' നിർമിച്ചെടുക്കാനുള്ള തീവ്രശ്രമങ്ങളാണ് നടന്നുകൊണ്ടിരിക്കുന്നത്. സവർണതയ്ക്ക് മുമ്പിൽ മുട്ടുകുത്താത്ത സർവമതവിശ്വാസങ്ങൾക്ക് മുകളിലും 'ഭീകരമുദ്ര' പതിപ്പിച്ചുകൊണ്ട് ന്യൂനപക്ഷങ്ങൾക്കിടയിൽ അരക്ഷിതത്വവും ഭീതിയും സൃഷ്ടിക്കപ്പെട്ടുകൊണ്ടിരിക്കയാണ്. സ്വന്തം വസ്ത്രവും ഭക്ഷണവും ആഘോഷവും എന്തിന് പേരുപോലും ദേശവിരുദ്ധതയുടെ പര്യായമായി മാറ്റപ്പെടുന്നതിന്റെ 'മെക്കാനിസം' എന്തെന്ന് മനസിലാക്കാനാവാതെ 'നിഷ്കളങ്കരായ' ചില

മതേതരവാദികൾ 'എങ്കിലുകളിലും പക്ഷേകളിലുമായി' കുടുങ്ങിക്കിടക്കുകയാണ്. ഇന്ത്യയിൽ, ആയിരത്തിത്തൊള്ളായിരത്തി അമ്പതുകൾക്കു ശേഷം, സംഘപരിവാർ നേതൃത്വത്തിൽ, സംഘടിതമായ ഒരു 'വംശീയ യുദ്ധം' ആരംഭിച്ച വിവരം അവരിനിയും അറിഞ്ഞിട്ടില്ല. സാമ്രാജ്യത്വത്തെക്കുറിച്ചുള്ള അന്വേഷണങ്ങൾക്കിടയിൽനിന്നും 'ആഭ്യന്തര സാമ്രാജ്യത്വത്തെക്കുറിച്ചുള്ള' അപഗ്രഥനങ്ങൾ ആവർത്തിച്ച് ഒഴിച്ചുനിർത്തപ്പെടുന്നത് അവരെ അസ്വസ്ഥമാക്കുന്നില്ല. ഇന്ത്യ–പാക് വിഭജനത്തിനും എത്രയോ മുമ്പ്,'ആര്യസ്ഥാനും', 'മ്ലേഛസ്ഥാനു'മായി ഇന്ത്യാ മഹാരാജ്യം ആന്തരികമായി വിഭജിക്കപ്പെട്ടുകഴിഞ്ഞിരുന്നു എന്ന വസ്തുത അവരെ വ്യാകുലമാക്കുന്നില്ല. അപ്പത്തോടൊപ്പം ഓരോ ജനവിഭാഗത്തിന്റെ ആത്മാഭിമാനവും പരിഗണിക്കേണ്ടതുണ്ടെന്നുള്ളത്, പലപ്പോഴും അവഗണിക്കപ്പെടുന്നു. വിപ്ലവം അപ്പത്തിനുവേണ്ടി മാത്രമുള്ള സമരമല്ലെന്നും, അത് ആത്മാഭിമാനം സാക്ഷാൽക്കരിക്കാനുള്ള സമരമാണെന്നും ആത്മാഭിമാനത്തിനുള്ള സമരത്തിൽ അപ്പവും ഉൾപ്പെടുമെന്നും ഫ്രാന്റ്സ് ഫാനൺ പറഞ്ഞതിന്റെ പൊരുൾ പലർക്കും ഇനിയും തിരിഞ്ഞിട്ടില്ല.

'ദേശീയസംസ്കാര'മെന്ന വ്യാജേന ഇന്ത്യയിൽ, മേൽക്കോയ്മ സ്ഥാപിച്ചിരിക്കുന്നത്, സംഘപരിവാറിന്റെ 'സാംസ്കാരിക ദേശീയത' യാണ്. 'നാനാത്വത്തിൽ ഏകത്വം' എന്ന സങ്കരസംസ്കാരത്തിന്റെ ശരിയായ കാഴ്ചപ്പാട് ഇന്ത്യയിൽ നാമമാത്രമായി നിലനിൽക്കുമ്പോൾപോലും നാനാത്വത്തെ നിരാകരിക്കുന്ന 'ഏകത്വ'മാണ് ഔദ്യോഗിക ആചാരങ്ങളിലും അനുഷ്ഠാനങ്ങളിലും ആഘോഷങ്ങളിലും നിറപ്പകിട്ടോടെ നിറഞ്ഞിരിക്കുന്നത്. നാലായിരത്തി അറുനൂറ്റിമുപ്പത്തിയഞ്ച് തരത്തിലുള്ള സാമൂഹ്യവിഭാഗങ്ങളും മുന്നൂറ്റി ഇരുപത്തിയഞ്ചുതരം ഭാഷകളുമുള്ള ഇന്ത്യ, സാംസ്കാരിക വൈവിധ്യങ്ങളുടെ ശക്തികേന്ദ്രമാണ്. എന്നാലിതിനെയൊക്കെ, അരികുകളിലൊതുക്കി, സ്വയം 'മുഖ്യധാര'യായി നടിക്കുന്ന, സവർണസംസ്കാരത്തെ ദൃഢപ്പെടുത്താനുള്ള ശ്രമങ്ങളാണ് നാനാത്വത്തിന്റെ പേരിൽ ഭരണകൂട നേതൃത്വത്തിലും സംഘപരിവാർ നേത്വത്തിലും സംയുക്തമായി ആഘോഷപൂർവം നടന്നുകൊണ്ടിരിക്കുന്നത്. അതിനെതിരെ പ്രതികരിക്കാതെ, മൗനംപാലിക്കുന്നതാണ് മതേതരത്വമെന്നു കരുതുന്ന മന്ദബുദ്ധികളുമായി ഒരുതരത്തിലുള്ള സംവാദവും സാധ്യമല്ല.

ഒരു വ്യക്തിക്ക് ഏതുതരത്തിലുള്ള മതാചാരവും അനുഷ്ഠിക്കാനുള്ള അവകാശമുണ്ട്. എന്നാൽ ഒരു മതനിരപേക്ഷ ഭരണകൂടത്തിന്, ഒരു പ്രത്യേകമതത്തിന്റെ 'അനുഷ്ഠാനം' നിർവഹിക്കാൻ അവകാശമില്ല. ഏറ്റവും ചുരുങ്ങിയത് അക്ബർ ചക്രവർത്തിയുടെ 'ദിൻ ഇലാഹി' മോഡലെങ്കിലും മതേതര ഭരണകൂടം വികസിപ്പിക്കണം. അതായത് ആദിവാസി, ദളിത്, ന്യൂനപക്ഷ, മതരഹിത, മതനിരപേക്ഷ സമീപനങ്ങളുടെ 'സാന്നിധ്യം കൂടി' ഭരണകൂടം അനുഷ്ഠാനതലത്തിലും ആഘോഷതലത്തിലും മിനിമം അംഗീകരിക്കണം.

മതപരിവർത്തനം, സംവരണം, ഗോമാംസം കഴിക്കാനുള്ള അവകാശം, ക്രിസ്മസ്, ബലി പെരുന്നാൾ തുടങ്ങിയ ആഘോഷങ്ങളിൽ പങ്കെടുക്കാനുള്ള അവകാശം, മിശ്രവിവാഹിതരാകാനുള്ള അവകാശം തുടങ്ങിയ ജനാധിപത്യാവകാശങ്ങൾ തകർക്കാനുള്ള ശ്രമങ്ങളെ പരോക്ഷമായെങ്കിലും പിന്തുണയ്ക്കുന്ന ഒരു ഭരണകൂടത്തെയും സർക്കാരിനെയും സമ്പൂർണാർഥത്തിൽ, "മതനിരപേക്ഷം" എന്ന് വിളിക്കാനാവില്ല. ഔദ്യോഗികമായി ഭരണകൂടത്തിന് മതമില്ലാതിരുന്നാൽ മാത്രം പോരാ. ഭരണകൂടത്തിന്റെ ഔദ്യോഗിക ഇടപെടലുകളിൽനിന്ന് മതത്തെ ഒഴിച്ചുനിർത്തുകയും ചെയ്യണം. എന്നാൽ ഇന്ത്യയിൽ, സർക്കാർ മാറിവരുമ്പോഴും, മൗലികമായ വ്യത്യാസങ്ങളൊന്നുമില്ലാതെ, 'മേൽക്കോയ്മാ സംസ്കാരം', പൗരജീവിതത്തിൽ കൊടി പറത്തുന്നതാണ് നാം കാണുന്നത്! 'സവർണത'യുമായി പൊരുത്തപ്പെടാത്തതോ, അതിന് വിനീതമായി കീഴ്പ്പെടാത്തതോ ആയ എന്തും ആക്രമിക്കപ്പെടുകയോ പരിഹസിക്കപ്പെടുകയോ ചെയ്യും! കീഴാള ജനതയുടെ ചോരയുടെ ചുവപ്പ് പടർന്നു നിൽക്കുന്ന 'സംവരണത്തിനെതിരെ'പോലും എന്തുമാത്രം പരിഹാസങ്ങളാണ് ഇന്ത്യയിലുള്ളത്! 'അവർക്ക് എട്ടുമാസം മതി' എന്ന് കീഴാള പ്രസവത്തെക്കുറിച്ചും, 'ഒളിംപിക്സിൽ മെഡല് കിട്ടാൻ ഇവർ പകുതി ഓടിയാൽ മതിയാകുമല്ലോ' എന്ന് കളിയെക്കുറിച്ച് പറയുന്ന തമാശകളും, അത്ര നിരുപദ്രവകരങ്ങളല്ല. സഹസ്രാബ്ദങ്ങളായി അടിച്ചമർത്തപ്പെട്ട 'കീഴാളരുടെ' പരിമിതമായ വളർച്ചയെപ്പോലും വച്ചുപൊറുപ്പിക്കാനാവാത്ത സവർണ സങ്കുചിതത്വമാണ് അതിൽനിന്നും തിളയ്ക്കുന്നത്.

'ഇവറ്റയൊക്കെ സ്കൂളിൽ പോകാൻ തുടങ്ങിയാൽ, പണിക്ക് ആരെ കിട്ടും' എന്ന മാനസികാവസ്ഥയാണ്, മൂടുപടം ധരിച്ച് ഇന്നും പ്രത്യക്ഷപ്പെടുന്നത്. താഴ്ന്ന ജാതിക്കാരൊക്കെ 'മതം മാറിയാൽ' തങ്ങൾക്കെങ്ങനെ 'മേൽജാതിക്കാരായി' തുടരാൻ കഴിയും എന്ന അബോധഭീതികൂടിയാണ് മറ്റു പലതിനുമൊപ്പം, 'മതപരിവർത്തനത്തെ' ഒരു ജീവന്മരണ പ്രശ്നമായി അവതരിപ്പിക്കുന്നതിന് പിന്നിൽ പ്രവർത്തിക്കുന്നത്. ഓരോരുത്തരും, മറ്റുള്ളവർക്ക് മുറിവേൽപ്പിക്കാത്തവിധം, ഇഷ്ടമുള്ള ഭക്ഷണം തെരഞ്ഞെടുക്കുന്നതുപോലെ, ഉറങ്ങുമ്പോൾ ഇഷ്ടാനുസരണം കുറുകിയോ നിവർന്നോ കിടക്കുന്നതുപോലെ, മതമോ മതമില്ലായ്മയോ തിരഞ്ഞെടുക്കാനുള്ള ഒരു വ്യക്തിയുടെ അവകാശത്തെ എന്തിന് തള്ളിക്കളയണം. ഒരു മതത്തെ മാത്രമായോ 'പല' മതങ്ങളെ ഒന്നിച്ചോ സ്വീകരിച്ചോട്ടെ എന്ന 'മതനിരപേക്ഷ' സമീപനം സ്വീകരിക്കുന്നതിന് പകരം, വല്ലാത്തൊരുതരം 'മതപ്പേടിയാണ്', മതനിരപേക്ഷവാദികളിൽ ഒരു വിഭാഗമെങ്കിലും പങ്കുവെക്കുന്നത്.

മതങ്ങളെയാകെ തള്ളി, നിശിതയുക്തികളുടെ ലോകത്തിൽ നിവർന്നുനിൽക്കുന്ന യുക്തിവാദി സുഹൃത്തുക്കൾപോലും "മതപരിവർത്തനപരിപാടി നിർത്തിവെക്കണം" എന്നാണ് പീഡനമേൽക്കുന്ന പാതിരിമാരോട് ആഹ്വാനം ചെയ്യുന്നത്! ക്രിസ്തീയസഭകൾ നിർബന്ധിത മതപരിവർ

ത്തനം നിർവഹിക്കുകയാണെന്ന സംഘപരിവാർ പ്രചാരണം, അവരുടെ വിമർശപക്ഷത്തുനിൽക്കുന്ന യുക്തിവാദി പ്രസ്ഥാനങ്ങളുടെ അകത്തളങ്ങളിലേക്കുപോലും അടിച്ചുകയറുകയാണോ എന്നാശങ്കിക്കേണ്ടിയിരിക്കുന്നു!

യുക്തിരേഖ (ഒക്ടോബർ 2008) യുടെ എഡിറ്റോറിയൽ പ്രസക്തമായ ചില വസ്തുതകളുടെയും അപകടകരമായ പ്രത്യയശാസ്ത്ര സമീപനങ്ങളുടെയും സംയുക്തമാണ്. ഹിന്ദുക്കളോ ക്രിസ്ത്യാനികളോ അല്ലാതിരുന്ന ആദിവാസികളെ ആദ്യം 'ഹിന്ദുക്കളാക്കിയത്' ആരാണെന്ന് അന്വേഷിക്കാതെ, പിന്നീടവരെ പാതിരിമാർ 'ക്രിസ്ത്യാനികളാക്കി' എന്ന് പറയുന്നിടം മുതൽ വസ്തുതകൾക്ക് പകരം മുൻവിധികളാണ് മുന്നേറുന്നത്. ഒരിക്കൽ സവർണപ്രത്യയശാസ്ത്രം മ്ലേഛരെന്ന് മുദ്രകുത്തിയ കീഴാള സമൂഹങ്ങളെ ഇപ്പോളവർ മഹത്വപ്പെടുത്തുന്നതിന്റെ പിറകിൽ മറഞ്ഞിരിക്കുന്ന, പ്രത്യയശാസ്ത്രത്തിന്റെ നിശിതമായ വിചാരണകളാണ്, 'മതപരിവർത്തന ബഹളങ്ങളിൽവെച്ച്' നടക്കാതെപോകുന്നത്. ഇന്ത്യയിൽ ജനിച്ച 'ബുദ്ധമതത്തിന്' എന്ത് സംഭവിച്ചു എന്ന് അബദ്ധത്തിൽപ്പോലും ചോദിക്കാതിരിക്കാൻ, മതനിരപേക്ഷ ബുദ്ധിജീവികളിൽ ഒരു വിഭാഗം പരമാവധി ശ്രമിക്കാറുണ്ട്. സംഘപരിവാറിനെ രാഷ്ട്രീയമായി എതിർക്കുമ്പോഴും സാംസ്കാരികമായി സ്വീകരിക്കാനുള്ള ഒരബോധസന്നദ്ധതയോട് 'കണക്ക് തീർക്കും'വിധമുള്ള സാംസ്കാരികസമരങ്ങൾ മലയാളികൾക്കിടയിൽപ്പോലും വർത്തമാനകാല ചരിത്രസന്ദർഭം ആവശ്യപ്പെടുംവിധം വികസിക്കുന്നില്ല.

"ജൈനന്മാരുടെ എത്ര വിഗ്രഹങ്ങൾ ഭഗ്നങ്ങളായി കണ്ടുകിട്ടുന്നുവോ അവ മുഴുവനും ശങ്കരാചാര്യന്മാരുടെ കാലത്ത് പൊട്ടിക്കപ്പെട്ടവയാണ്. അഭഗ്നങ്ങളായി കാണുന്നവയെല്ലാം പൊട്ടിച്ച് കളയാതിരിപ്പാനായി ജൈനന്മാർ മണ്ണിൽ കുഴിച്ചിട്ടിരുന്നവയാകുന്നു " എന്ന് പച്ചയായി, ദയാനന്ദ സരസ്വതി, *സത്യാർഥപ്രകാശിൽ* പറഞ്ഞിട്ടുണ്ട്. ശങ്കരാചാര്യരുടെ ക്രൂരത വിവേകാനന്ദൻ പൂഴ്ത്തിവച്ചില്ല. എണ്ണൂറ്റിമുപ്പത് എ ഡിക്കും തൊള്ളായിരത്തി അറുപത്തിയാറ് എ ഡിക്കുമിടയിൽ ഇന്ത്യയിൽ നടന്ന 'ബുദ്ധവേട്ട' നിർവഹിച്ചത് ക്രിസ്ത്യൻ മിഷണറിമാരല്ല. ഇതിന് സമാനമായി പിന്നീടെന്തെങ്കിലും ഇന്ത്യയിൽ നടക്കുന്നുണ്ടെങ്കിൽ അതിനൊക്കെയും നേതൃത്വം കൊടുക്കുന്നത് ഇന്ത്യയിൽ ആരാണെന്ന് കാണാൻ കണ്ണുള്ളവർക്കൊക്കെയും കഴിയും! മഹാനായ അശോകചക്രവർത്തി നിർമിച്ച എൺപത്തിനാലായിരം സ്തൂപങ്ങളാണ് പുഷ്യമിത്രസംഗൻ എന്ന ഹിന്ദുരാജാവ് തകർത്തത്. തിരുപ്പതി, എല്ലോറ, പുരി, ബദരീനാഥ്, മഥുര, അയോധ്യ, ശൃംഗേരി, ബോധഗയ, സാരാനാഥ്, നളന്ദ, ശ്രീശൈലം, ശബരിമല തുടങ്ങി നിരവധി ബുദ്ധവിഹാരങ്ങളാണ് പിൽക്കാലത്ത് ഹിന്ദു ക്ഷേത്രങ്ങളാക്കിത്തീർത്തത്! നാഗാർജുനകോണ്ടയിൽ അനവധി ബുദ്ധഭിക്ഷുക്കളെയാണ് കൊന്നുതള്ളിയത്. ത്രിശൂലം എന്നർഥം വരുന്ന 'ആൽവാ'യിയാണ്, പിന്നീട് 'ആലുവ'യായത്. ബുദ്ധമതഹത്യ

യുടെ കേന്ദ്രമായിരുന്നു അത്! തമിഴ്നാട്ടിലെ വൈഗാനദീതീരത്തും സാമന്നർ എന്ന വൈഷ്ണവസന്ന്യാസിയുടെ നേതൃത്വത്തിൽ ഇതുപോലെ 'ബുദ്ധമതഹത്യ' നടന്നതായി ചരിത്രം സാക്ഷ്യപ്പെടുത്തുന്നു. എന്നാലിന്ത്യയിലൊരിടത്തും ഇതിന് സമാനമായ രീതിയിൽ ക്രിസ്തുമത മിഷണറിമാരുടെ നേതൃത്വത്തിൽ മതപരിവർത്തനശ്രമങ്ങൾ നടന്നുവെന്ന് തെളിയിക്കപ്പെട്ടിട്ടില്ല. 1998–99 ൽ ക്രിസ്ത്യൻ വേട്ടയ്ക്കുള്ള ന്യായമായി സംഘപരിവാർ അവതരിപ്പിച്ചത്, ഗുജറാത്തിലെ ഡാംഗ് ജില്ല മുതൽ പല സ്ഥലങ്ങളിലും അവർ നിർബന്ധിത മതപരിവർത്തനം നടത്തുന്നുവെന്നായിരുന്നു. എന്നാൽ 1998–99 ൽ ഗുജറാത്ത്, ബിഹാർ, പഞ്ചാബ് എന്നിവിടങ്ങളിൽ 'ദേശീയ ന്യൂനപക്ഷ കമീഷൻ' നടത്തിയ അന്വേഷണത്തിൽ ഇത് വസ്തുതാവിരുദ്ധമാണെന്നാണ് തെളിഞ്ഞത്.

'മതം മാറിയാലെന്താ' എന്ന് ചോദിക്കുന്നതിന് പകരം സംഘപരിവാർ പ്രചരിപ്പിക്കുന്ന 'മതപരിവർത്തനഭീതി' പങ്കുവെക്കുന്നവരായി മതേതര പ്രസ്ഥാനങ്ങൾപോലും മാറിപ്പോകുന്നത് പരോക്ഷമായി സാംസ്കാരിക ദേശീയതയുടെ ശക്തിയെത്തന്നെയാണ് തുറന്നുകാട്ടുന്നത്. രണ്ടായിരത്തി എട്ടിൽ ഒറീസയിൽ മാത്രമല്ല, അതിനെത്രയോ നൂറ്റാണ്ടുകൾക്ക് മുമ്പ് നമ്മുടെ കേരളത്തിൽപ്പോലും സവർണഭീകരതയുടെ ആക്രമണങ്ങളിൽനിന്ന് രക്ഷനേടാൻ 'ക്രിസ്ത്യാനികൾക്ക്' കാട്ടിലേക്കോടി ഒളിക്കേണ്ടിവന്നിട്ടുണ്ട്.

> 1780ൽ തിരുവിതാംകൂർ ദിവാനായ നാഗംപിള്ള മതപരിവർത്തനംചെയ്യുന്നവരെ വേട്ടയാടൽ തീവ്രമാക്കി. ക്രിസ്തുവിന് പകരം വിഷ്ണുവിനെ ആരാധിക്കാൻ നിർബന്ധിച്ചു. രക്ഷതേടി ഇരുപതിനായിരം ക്രിസ്ത്യാനികൾ വനത്തിലേക്ക് ഓടിപ്പോയി. മുന്നൂറ് പേരെ പിടിച്ച് ഹിന്ദുവാക്കി. അതിന് തയാറാകാത്തവരെ കൊന്നു. (*നാടുണർത്തിയ നാടാർ പോരാട്ടങ്ങൾ:* പ്രൊഫ. ജെ ഡാർവിൻ: ചിന്ത)

ഇന്ത്യയിലൊരിടത്തെങ്കിലും മുമ്പോ, ഇന്നോ ഇവ്വിധമുള്ള 'മതപരിവർത്തന പീഡനങ്ങൾ' 'സവർണഭീകര പ്രസ്ഥാനങ്ങളൊഴിച്ച്' മറ്റാരും നടത്തിയിട്ടില്ലെന്നിരിക്കെ, മതപരിവർത്തനത്തിന്റെ പേരിൽ നിറംപിടിപ്പിച്ച നുണകളാണ് സംഘപരിവാർ പ്രചരിപ്പിച്ചുകൊണ്ടിരിക്കുന്നത്. ഒറീസയിലേക്ക് പുരോഗമനകലാസാഹിത്യ സംഘത്തിന്റെ ഒരു പ്രതിനിധി സംഘം, സംഘപരിവാർ ആക്രമണങ്ങളെക്കുറിച്ച് അന്വേഷിക്കാനും ഇരകളോട് ഐക്യദാർഢ്യം പ്രഖ്യാപിക്കാനുമായി പോവുകയാണെന്ന് പറഞ്ഞപ്പോൾ സംഘപരിവാർ വിമർശകരായ ചില സുഹൃത്തുക്കൾപോലും പറഞ്ഞത്, 'ക്രിസ്ത്യാനികൾക്ക് ഒരൽപ്പം അധികമാണ്. അവർക്ക് കുറച്ച് കിട്ടണം' എന്നായിരുന്നു അസ്വസ്ഥതയായിരുന്നു മനസ്സ് നിറയെ. എന്തേ നമ്മുടെ കേരളവും ഇങ്ങനെ?

5

മതപരിവർത്തനവും മിഷനറിമാരും

"**മ**തമല്ല മതമല്ല മതമല്ല പ്രശ്നം,
എരിയുന്ന വയറിലെ തീയാണ് പ്രശ്നം."

തിരുവനന്തപുരം റെയിൽവെ സ്റ്റേഷൻ പരിസരത്തുനിന്നും മുദ്രാവാക്യങ്ങൾ ഉച്ചത്തിൽ ഉയരുകയാണ്. ജാതിക്കും മതത്തിനുമപ്പുറം ഞങ്ങളും ഞങ്ങളും മനുഷ്യർ എന്ന മഹാസന്ദേശം പങ്കുവെക്കാൻ മതവിശ്വാസികളും മതരഹിതരുമായ മനുഷ്യർ മുഴുവൻ ഒന്നിച്ചുചേരുകയാണ്.

'മതമേതായാലും മനുഷ്യൻ നന്നായാൽ മതി' എന്ന മനുഷ്യപ്പറ്റിന്റെ മാനിഫെസ്റ്റോ ചുട്ടുകരിക്കാൻ ഞങ്ങളാരെയും അനുവദിക്കുകയില്ലെന്ന നിശ്ചയദാർഢ്യത്തിന്റെ മുഷ്ടികൾ ആകാശങ്ങളിലേക്ക് ഉയർന്നുകഴിഞ്ഞു. 'മനുഷ്യൻ നന്നാവാൻ മനസ്സ് നന്നായാൽ മതി' എന്ന നിർവൃതിയിൽ ഞങ്ങളപ്പോൾ നിവർന്നുനിന്നു. ശിരസ്സ് ഉന്നതവും മനസ്സ് നിർഭയവുമാവുന്ന സ്വാതന്ത്ര്യത്തിന്റെ സ്വർഗത്തെക്കുറിച്ചുള്ള സ്മരണകൾക്ക് ശക്തിപകർന്ന് ഒറീസയിലേക്കുള്ള 'ഗുരുദേവ് എക്സ്പ്രസ്' പ്ലാറ്റ് ഫോമിൽ വന്നുനിന്നു.

'എന്റെ ജീവിതം ഒരു പുല്ലാങ്കുഴൽപോലെ സരളമാക്കുവാൻ ഞാൻ പ്രയത്നിക്കുന്നു. അതിന്റെ എല്ലാ സുഷിരങ്ങളും അങ്ങയുടെ സ്വരങ്ങൾ കൊണ്ട് സമ്പൂർണമാക്കിത്തന്നാലും' എന്ന ഗുരുദേവിൻെറ പ്രാർഥനയിൽ മനസ്സ് നിറഞ്ഞുകവിഞ്ഞു. വണ്ടി ഒറീസയിലേക്കും മനസ്സ്, മനുഷ്യത്വം പൂക്കുന്ന ഒരു നല്ല നാളെയെക്കുറിച്ചുള്ള കിനാവുകളിലേക്കും കുതിക്കുകയായി.

എന്തൊക്കെ പരിമിതികളുണ്ടെങ്കിലും 'കേരളം' നൽകുന്ന കരുത്തുമായാണ് പുരോഗമന കലാസാഹിത്യസംഘത്തിന്റെ പ്രവർത്തകരായ ഞങ്ങൾ ഒറീസയിലേക്ക് പോയത്.

മതനിരപേക്ഷതയുടെ മഹത്തായ മൂല്യങ്ങളല്ലാതെ, ഒറീസയ്ക്ക് നൽകാൻ ഞങ്ങളുടെ പക്കൽ മറ്റൊന്നുമില്ലായിരുന്നു. കൊലവിളികൾ

ക്കു മുമ്പിൽ നടുങ്ങിനിൽക്കുന്ന മനുഷ്യരെ എങ്ങനെ അഭിമുഖീകരിക്കുമെന്നറിയാതെ ഞങ്ങളും അസ്വസ്ഥരായിരുന്നു. ഒരു മതരഹിതനാവുന്നതിക്കോൾ പ്രയാസമാണ്, ഒറീസയിൽ, ഇന്നൊരു ക്രിസ്ത്യാനിയാവുകയെന്നുള്ള തിരിച്ചറിവ് ഒരു നീറ്റലായി ഞങ്ങളിൽ പടർന്നുകഴിഞ്ഞിരുന്നു.

ചിതറിക്കിടക്കുന്ന മനുഷ്യശരീരങ്ങൾ കണ്ട്, ചോരമാത്രമൊഴുകുന്ന ദയാനദിയുടെ നിലവിളികൾ കേട്ട്, മൗര്യരാജാവായ അശോക ചക്രവർത്തി മഹാനായ ഒരു മനുഷ്യനായി മാറിയത്, 'കലിംഗ'എന്ന പേരിൽ ഒരു കാലത്ത് പ്രശസ്തമായിരുന്ന ഈ ഒറീസയിൽ വെച്ചാണ്. ആയുധങ്ങളൊക്കെയുമുപേക്ഷിച്ച് സ്നേഹത്തിന്റെ 'ബുദ്ധഗീത' കേട്ട്, മാനസാന്തരം വന്ന്, പിറന്ന മതം, കലിംഗയിലെ കബന്ധങ്ങൾക്കിടയിലുപേക്ഷിച്ച്, സംഘപരിവാർ വാഴ്ത്തുന്ന 'സനാതന സംസ്കാരത്തിന്റെ ശത്രുവായ' ബുദ്ധമതം സ്വീകരിച്ച് അശോകചക്രവർത്തി മഹാനായ അശോകനായി ചരിത്രത്തിൽ മാറിയത് ഇവിടെവച്ചാണ്. അവിടെയാണ് ഇന്ന് വീണ്ടും 'കുരുതിക്കളമായി' മാറിയിരിക്കുന്നത്. സ്വയം മാറിയതല്ല, സംഘപരിവാർ ക്രൂരതകളാൽ മാറ്റപ്പെട്ടതാണ്! അതും ഇല്ലാത്ത മതം മാറ്റത്തിന്റെ പേരിൽ!

സായുധരായ 'സംഘപരിവാർ' നേതൃത്വത്തിൽ, ഇന്ന് ഒറീസയിൽ വേട്ടയാടപ്പെടുന്നത് ക്രിസ്ത്യൻ വിശ്വാസികൾ മാത്രമല്ല മനുഷ്യത്വം മുഴുവനുമാണ്. ജീവകാരുണ്യപ്രവർത്തനങ്ങളുടെ ഹൃദയത്തിന് നേരെയാണ് ഇന്ന് സംഘപരിവാർ ശക്തികൾ നിറയൊഴിക്കുന്നത്. മിഷനറിമാർ പത്തുപേരെ സഹായിക്കുമെങ്കിൽ, ഞങ്ങൾ നൂറുപേരെ സഹായിക്കുമെന്ന് പ്രഖ്യാപിക്കുന്നതിനുപകരം, 'നിങ്ങളങ്ങനെ ആദിവാസികളെ സഹായിച്ച്, ആളാവാനൊന്നും നോക്കണ്ട' എന്ന മനോഭാവമാണവർ പ്രകടിപ്പിക്കുന്നത്.

മിഷനറിമാരൊക്കെയും വിദേശികളാണെന്നും, ക്രിസ്ത്യാനികളൊക്കെയും രാജ്യം വിട്ടു പോവണമെന്നുമാണവർ ആക്രോശിക്കുന്നത്. കന്ദമാലിലെ ക്രിസ്ത്യൻ വേട്ടയെ നിങ്ങൾ അപലപിക്കുമോ എന്ന പത്രപ്രവർത്തകരുടെ ചോദ്യത്തിന് ബജരംഗ്ദൾ നേതാവ് സുഭാഷ് ചൗഹാന്, 'ഇല്ല' എന്നുറപ്പിച്ചുപറയാൻ ഒരു പ്രയാസവുമുണ്ടായില്ല! ക്രിസ്ത്യാനികൾ സ്വയം തങ്ങളുടെ പള്ളികൾക്ക് തീകൊടുത്ത് നഷ്ടപരിഹാരം നേടാൻ ശ്രമിക്കുകയാണെന്ന് തട്ടിവിടാൻ, ഹിന്ദു ജനജാഗരൺ മഞ്ച് നേതാവ് ജനുഭാവ് പവാറിന് ഒരു പ്രയാസവുമുണ്ടായില്ല!

ചിനു അച്ചബെയുടെ പ്രശസ്തമായ *സർവം ശിഥിലമാകുന്നു* എന്ന നോവലിൽ മാരകമായ രോഗം ബാധിച്ച് മരിച്ചവരെ വലിച്ചെറിയുന്ന 'ചെകുത്താൻ വനങ്ങളെ'ക്കുറിച്ച് വായിച്ചത് ഓർമയുണ്ട്. എന്നാൽ മരിക്കുന്നതിന് മുൻപുതന്നെ കുഷ്ഠരോഗികളിൽ പലരും ഒറീസയിൽ കാടുകളിലേക്ക് വലിച്ചെറിയപ്പെടുന്നുണ്ടെന്ന വിവരം പുതിയതായിരുന്നു. ഇന്ത്യയിലേറ്റവും കുഷ്ഠരോഗികളുള്ള പ്രദേശങ്ങളിൽ ഒന്ന് ഒറീസയാണ്.

പാവങ്ങളിൽ പാവങ്ങളായവർ ഒരു ഗത്യന്തരവുമല്ലാതെ വരുമ്പോൾ കുഷ്ഠരോഗബാധിതരായ സ്വന്തം പ്രിയപ്പെട്ടവരെ, കാടുകളിൽ ഉപേക്ഷിക്കുമത്രെ! ഉപേക്ഷിക്കപ്പെടുന്നവരുടെ ദൈന്യം നേരിടാനാവാതെ, അവർ തലതാഴ്ത്തി കുറ്റബോധത്തോടെ സ്വന്തം വീട്ടിലേക്ക് തിരിച്ചുപോകും. അപ്പോഴേക്കും വലിച്ചെറിയപ്പെട്ടവരുടെ നിലവിളികൾ അവർക്ക് മുമ്പേ ആ വീട്ടിലെത്തിക്കഴിഞ്ഞിരിക്കും! ഉറക്കമില്ലാത്ത അസ്വസ്ഥ നേരങ്ങളിലവർ, 'മിഷനറിമാരെ' ഓർക്കും.

അവർ മാത്രമാണ്, കുഷ്ഠവും കോളറയും വകവെക്കാതെ, അവരുടെ കൂരകളിൽ കയറിയിറങ്ങാറുള്ളത്. അവർ മാത്രമാണ് അപകട സമയങ്ങളിൽ അവർക്ക് മുമ്പിൽ ആശ്വാസവുമായി എത്താറുള്ളത്. അതുകൊണ്ടാണവർ, പ്രിയപ്പെട്ടവരെ കാട്ടിലുപേക്ഷിച്ച വിവരം മനഃസാക്ഷിയുടെ സമ്മർദം സഹിക്കാനാവാതെ വരുമ്പോൾ കണ്ണുനീർ വാർത്തുകൊണ്ട് മിഷനറിമാരോട് പറയുന്നത്. അവർ കാട്ടിലെത്തുമ്പോഴേക്കും, പലരും മരിച്ചുകഴിഞ്ഞിരിക്കും. അല്ലെങ്കിൽ കാട്ടുജന്തുക്കൾ തിന്നുതീർത്തിരിക്കും. ജീവൻ ബാക്കിയുള്ളവരെ മിഷനറിമാർ ചുമന്നുകൊണ്ടുപോകും. മതംമാറ്റാനല്ല, ചികിത്സിക്കാൻ; മനസ്സ് മാറ്റാനല്ല, ശരീരത്തിലെ വ്രണങ്ങളൊക്കെയും തേച്ചുകഴുകി വൃത്തിയാക്കാൻ.

ഒറീസയിലെ കന്ദമാൽ ജില്ലയിൽ വർഷങ്ങളോളം കുഷ്ഠരോഗികൾക്കിടയിൽ അർപ്പണബോധത്തോടെ പ്രവർത്തിച്ച ഒരു സിസ്റ്റർ പറഞ്ഞു: ആദ്യമാദ്യം മുറിഞ്ഞ വിരൽകൊണ്ടിളക്കിയ നാരങ്ങാവെള്ളം അവർ കുടിക്കാൻ തരുമ്പോൾ വല്ലാത്ത പ്രയാസമായിരുന്നു. കുടിക്കണോ വേണ്ടയോ എന്ന സന്ദേഹമായിരുന്നു. അവർ അത്രമേൽ സ്നേഹപൂർവം തരുന്നത് നിരസിക്കാനാവാത്തതുകൊണ്ടുമാത്രം എങ്ങനെയൊക്കെയോ ഞങ്ങളതങ്ങ് കുടിക്കും. പിന്നീട് ആരും കാണാതെ അപ്പുറത്തെവിടെയെങ്കിലും പോയി ഛർദിക്കും. ആദ്യമാദ്യം അത്രയ്ക്കറപ്പായിരുന്നു. പിന്നെപ്പിന്നെ അതിനെ അതിജീവിച്ചു. ഇപ്പോൾ ഞാനവരുടെ മുറിഞ്ഞുതൂങ്ങിയ വിരലുകൾ കാണാറില്ല. അവർ ഞങ്ങൾക്ക് തരുന്ന സ്നേഹത്തിനുമുമ്പിൽ നിൽക്കുമ്പോൾ ഞങ്ങൾക്ക് വേറൊന്നും കാണാൻ കഴിയാറില്ല. ഞങ്ങൾ നിർവഹിക്കുന്ന സേവനം അവർ ഞങ്ങൾക്ക് നൽകുന്ന സ്നേഹത്തിനുമുമ്പിൽ ഒന്നുമല്ല. പ്രദർശിപ്പിക്കപ്പെടാതെ പോകുന്ന ഇങ്ങനെയുള്ള എത്രയോ നന്മകളിൽവച്ചാണ് നമ്മുടെ ജീവിതം പ്രകാശപൂർണമാവുന്നത്.

കന്ദമാലിലെ കാടുകളിലേക്ക് ഞങ്ങൾ വന്നത്, സുഖസൗകര്യങ്ങൾ മോഹിച്ചല്ല. ഇപ്പോൾ ഞങ്ങൾക്കിവിടെ പരിമിതമായ സൗകര്യങ്ങളുണ്ട്. പക്ഷേ ഞങ്ങൾക്ക് മുമ്പ് വന്ന 'മിഷനറിമാർ' അനുഭവിച്ച 'ത്യാഗങ്ങൾക്ക്' കണക്കില്ല. തിരിഞ്ഞുനോക്കുമ്പോൾ ഇന്നും അത്ഭുതം തോന്നും. ഇക്കാണുന്ന റോഡുകൾപോലും അന്നുണ്ടായിരുന്നില്ല. കടകളും വാഹനങ്ങളുമുണ്ടായിരുന്നില്ല, മണിക്കൂറുകൾ നടന്നാണവർ ഓരോ ആദിവാസി കുടിലിലിലും ചെന്ന് ശുചിത്വത്തെക്കുറിച്ചും ആരോഗ്യത്തെക്കുറി

ച്ചും അറിവിന്റെ ആവശ്യകതയെക്കുറിച്ചുമൊക്കെ അന്ന് പ്രചാരണം നടത്തിയത്. അന്നിവിടെ ആദിവാസികളെ സഹായിക്കാൻ, അവരെ ശുദ്ധീകരണക്രിയകൾക്ക് മുമ്പിൽ കുനിച്ചുനിർത്താൻ ആരുമുണ്ടായിരുന്നില്ല. ലക്ഷ്ണാനന്ദസ്വാമിയൊക്കെ വന്നിട്ട് പത്തുമുപ്പത് കൊല്ലമേ ആയിട്ടുള്ളു. അതിനുമെത്രയെത്രയോ മുമ്പ് ആദിവാസികളിവിടെയുണ്ട്. 'സർക്കാർ' ഇങ്ങനെയൊരു ജനസമൂഹം ഇവിടെയുണ്ടെന്ന് അറിയാത്ത മട്ടിലാണ് പെരുമാറിയത്. ഞങ്ങൾക്ക് മുമ്പ് ജീവിച്ച മിഷനറിമാരുടെയും ഞങ്ങളുടെയും നിരന്തര പ്രവർത്തനം കൊണ്ടാണ് ഇന്ന് നിങ്ങൾ കാണുന്ന ഈ കന്ദമാലുണ്ടായത്.

എന്നിട്ടിപ്പോൾ... സിസ്റ്ററുടെ വാക്കുകൾ കണ്ണീരിൽ കുതിരുകയായിരുന്നു. സെന്റ് കാർമൽ വിദ്യാലയത്തിന്റെ അകത്തുനിന്ന് നെടുവീർപ്പുകളുയരുകയായിരുന്നു. കന്ദമാൽ ജില്ലയിലെ റൈക്കയിൽവെച്ച് കോട്ടയത്തും കാഞ്ഞിരപ്പള്ളിയിലുമുള്ള സിസ്റ്റർമാരെ കണ്ടുമുട്ടുമെന്ന് കരുതിയിരുന്നില്ല. അപ്രതീക്ഷിതമായി അവർക്കു മുമ്പിൽ ഞങ്ങൾ, അല്ലെങ്കിൽ ഞങ്ങൾക്കുമുമ്പിൽ അവർ, എത്തിച്ചേരുകയായിരുന്നു.

നിരത്തിന്റെ നടുവിൽനിന്ന് സംഭാഷണം തുടരുന്നതിൽ അവരെന്തോ അസ്വസ്ഥമാകുന്നതുപോലെ. പുറത്തുനിന്നുള്ള ഓരോ എത്തിനോട്ടങ്ങൾക്കിടയിലും 'ഒറ്റുകാർ' പതിയിരിക്കുന്നുണ്ടാവണം... എപ്പോഴും എന്തും സംഭവിക്കാമെന്നവർ പ്രതീക്ഷിക്കുണ്ടാവണം. അവർ നിമിത്തം ഞങ്ങൾക്കുകൂടി അപകടം പറ്റേണ്ടെന്ന അവരുടെ കരുതൽ കൊണ്ടാവണം അല്ലെങ്കിൽ, മുമ്പൊന്നുമില്ലാത്തവിധം, കന്ദമാലിൽ സംഘപരിവാർ ക്രൂരതകളുടെ കൊടി ഉയർന്നുകഴിഞ്ഞതുകൊണ്ടാവണം; മറ്റെല്ലാറ്റിനുമപ്പുറം ഒരാപൽശങ്കയും കൂടാതെ 'മലയാളത്തിൽ' സ്വസ്ഥമായി കേൾക്കാനും പറയാനുമുള്ള കൊതികൊണ്ടാവണം. തോക്കുചൂണ്ടി ഊരുചുറ്റുന്ന സി ആർ പി എഫ് ജവാന്മാരെ തള്ളിമാറ്റി സംഘപരിവാർ ഭീകരർ ഏതുസമയവും ചാടിവീഴും എന്ന ചങ്കിടിപ്പുകൊണ്ടാവണം നിരത്തിൽനിന്നുമവർ സെന്റ് കാർമൽ മഠത്തിന്നകത്തേക്ക് ഞങ്ങളെയും കൂട്ടി വേഗത്തിൽ നടന്നത്.

അവിടെയെത്തുന്നതിന് മുമ്പുതന്നെ ഒന്നും ചോദിക്കാതെ തന്നെ അവരെല്ലാം പറഞ്ഞുകഴിഞ്ഞിരുന്നു. അല്ലെങ്കിലും ചോദിക്കാനും പറയാനും എന്താണുള്ളത്? ആട്ടിൻകുട്ടികളെ കൊല്ലുന്നതിന് ചെന്നായ പറയുന്ന ന്യായങ്ങളൊക്കെയും നേരാണോ എന്ന് ചോദിക്കുന്നതിൽ എന്ത് ഔചിത്യമാണുള്ളത്. എങ്കിലും മടിച്ചുകൊണ്ടാണെങ്കിലും ചോദിച്ചു, "മതപരിവർത്തനം"? മാധ്യമങ്ങളിൽ കൊടുമ്പിരിക്കൊള്ളുന്ന ഈയൊരു ചോദ്യമെങ്കിലും ചോദിക്കാതിരിക്കാൻ കഴിയുമായിരുന്നില്ല. തിരുവനന്തപുരത്തുനിന്ന് വണ്ടികയറുന്നത് മുതൽ ഭുവനേശ്വറിൽ കാലുകുത്തിയതുമുതൽ, പത്രപ്രവർത്തകർ, സാമൂഹ്യ പ്രവർത്തകർ എന്നിവരുമായി നടത്തിയ അഭിമുഖങ്ങൾ മുതൽ, യാത്രയ്ക്കിടയിൽ കാണാനിടയായ ലഘുലേഖകൾ, പത്രവാർത്തകൾ എന്നിവമുതൽ എല്ലാറ്റിലും

നിറഞ്ഞുനിൽക്കുന്ന ഒരു ചോദ്യം 'ഒരേയൊരു ചോദ്യം' ചോദിക്കാതെ വയ്യാത്തതുകൊണ്ടുമാത്രമാണ് ആ ചോദ്യം തന്നെ ഞങ്ങളും ആവർത്തിച്ചത്!

ഇവരുടെ സ്ഥാപനങ്ങളിൽ അതായത് ക്രിസ്ത്യൻ സ്ഥാപനങ്ങളിൽ ഒരു മൂന്നുകൊല്ലംപഠിച്ചാൽ ആരെയും ഇവർ മതം മാറ്റും എന്നുവരെ, വല്ലാത്തൊരു ദാർഢ്യത്തോടെ ഒറീസ യാത്രക്കിടയിൽ ഒരു ഒറിയൻ സുഹൃത്ത് എന്നോട് സംസാരിച്ച പശ്ചാത്തലത്തിൽ മതപരിവർത്തനത്തെക്കുറിച്ചല്ലാതെ ഈ സ്ഥാപനത്തിലിരുന്ന് ഇവരോട് ഞങ്ങൾ മറ്റെന്ത് ചോദിക്കും?

അഞ്ചുകൊല്ലം കേരളത്തിലെ പ്രശസ്തമായ സെന്റ് ജോസഫ്സ് കോളേജിൽ പഠിച്ചിട്ടും, 'ക്രിസ്ത്യനാക്കപ്പെടാത്ത' പതിനായിരങ്ങളിൽ ഒരാളോടാണ് താൻ സംസാരിക്കുന്നതെന്ന് ആ ഒറിയക്കാരൻ സുഹൃത്ത് ഓർമിച്ചിരിക്കുകയില്ല. അല്ലെങ്കിലും 'മുൻവിധി'കൾക്ക് ഓർമകളും മറവികളും ബാധകമല്ല. അന്ധമായ പക്ഷപാതങ്ങളെ സംബന്ധിച്ചിടത്തോളം അപഗ്രഥനങ്ങളൊക്കെയും വെറും അസംബന്ധങ്ങളാണ്.

ഞാനിന്നും ഓർക്കുന്നുണ്ട്, ഒരു പഴയ എസ്എഫ്ഐക്കാരന്റെ ഓർമകൾ. ഏത് സമയവും ഞങ്ങൾക്ക് കയറിച്ചെല്ലാവുന്ന ഒരിടമുണ്ടായിരുന്നു അന്ന് ദേവഗിരികോളേജ് എന്ന സെന്റ് ജോസഫ് കോളേജിൽ. അതവിടുത്തെ ക്രിസ്ത്യൻ പള്ളിയായിരുന്നു. ആരുടെയും ജാതിയും മതവും അവർ അന്വേഷിച്ചില്ല. ആ പള്ളിക്കുമുമ്പിൽ 'അഹിന്ദുക്കൾക്ക് പ്രവേശനമില്ല' എന്ന ബോർഡുണ്ടായിരുന്നില്ല. അന്നവിടെ വന്ദ്യവയോധികനായ, സമൃദ്ധമായ വെള്ളത്താടിയും ചുളിഞ്ഞ മുഖവും പ്രശാന്തമായ കണ്ണുകളുമുള്ള ഒരു കൊച്ചുമനുഷ്യനുണ്ടായിരുന്നു. "ആസ് പിരാന്റോ" എന്ന ലോകത്തിലെ ഏക കൃത്രിമ ഭാഷ പഠിപ്പിക്കുന്ന അച്ചൻ എന്നുമാത്രമാണ് അന്ന് മനസിൽ പതിഞ്ഞത്. ഇന്നുമത് മാഞ്ഞിട്ടില്ല, മായുകയുമില്ല. എപ്പോൾ ചെന്നാലും നിറഞ്ഞ ചിരിയോടെ പള്ളിയിൽ ആ അച്ചനുണ്ടാകുമായിരുന്നു. അദ്ദേഹം ലോകത്തിലെ ഏക കൃത്രിമ ഭാഷ പറഞ്ഞുതരും. "എല്ലാ നാമങ്ങളും 'ഒ'യിൽ അവസാനിക്കും–" അച്ചൻ പറയും. അപ്പോൾ ഞങ്ങൾ പറയും: "ഓറഞ്ചോ" ഉടൻ ആപ്പിളും മുന്തിരിയും ഓറഞ്ചും മുമ്പിലെത്തും! അതിലപ്പുറം അന്നും ഇന്നും അച്ചനും ഞങ്ങൾക്കുമിടയിലുണ്ടായിരുന്നത് സ്നേഹം മാത്രം. പക്ഷേ ഇതൊന്നും ആ 'ഒറിയക്കാരൻ സുഹൃത്തി'ന് അറിയേണ്ട കാര്യമില്ല. കാരണം ഇത് കേരളം. അത് ഒറീസ!

എന്നാൽ 'കലാപബാധിതം' എന്ന് പത്രഭാഷയിൽ വിശേഷിപ്പിക്കുന്ന കന്ദമാലിലെ, റൈക്കയിൽ ഇരുപത്തിയഞ്ച് വർഷങ്ങൾക്കിടയിൽ ഒരൊറ്റ മതപരിവർത്തനമാണ് നടന്നതെന്ന് അറിഞ്ഞപ്പോൾ, ആട് എങ്ങനെയാണ് ആദ്യം പട്ടിയും പിന്നെ പേപ്പട്ടിയുമായി മാറുന്നതെന്ന് ഞങ്ങൾക്ക് മനസിലായി. ഇന്നലെവരെ, 'ചാതുർവർണ്യപട്ടിക'യിൽപോലും സവർണസ്മൃതികളാൽ ഉൾപ്പെടുത്തപ്പെടാത്ത ഈ പാവം

പഞ്ചമരോട് ഇപ്പോളിത്രമാത്രം പ്രിയം ഇവർക്ക് വർധിക്കാനുള്ള കാരണം, ചരിത്രം പഠിക്കുന്ന ആർക്കും വേഗം മനസിലാകും. 1847 ൽ തിരുവിതാംകൂറിൽ മിഷനറിമാരുടെ പ്രവർത്തനഫലമായി അടിമത്തം അവസാനിപ്പിക്കാനുള്ള നിയമം നിലവിൽവന്നു. അതോടെ ജന്മിമാർ അസ്വസ്ഥരായി. എന്നിട്ടും അന്നവർ പറഞ്ഞത്, 'കൃഷി നശിച്ചു' എന്നായിരുന്നു! വിനയംകൊണ്ടാവണം, അവർ അത്രമാത്രമേ പറഞ്ഞുള്ളൂ. അവർ, പറയാതെ പോയതിൽ ചിലത് കാശ്മീരി കവി ബുദ്രിറൈനയുടെ *ചതി! ചതി* എന്ന കവിതയിലുണ്ട്. നവോത്ഥാന പ്രക്രിയക്ക് സ്വയം വിധേയമാകാത്ത എവിടെയുമുള്ള 'സവർണമേലാളന്മാരുടെ' മനസിലുള്ളതൊക്കെയും ആ കവിതയിലുണ്ട്!

"......
നിങ്ങളുടെ പെണ്ണുങ്ങളെ ഞങ്ങൾ ബലമായി ഭോഗിച്ചിട്ടുണ്ടാകാം!
ഞങ്ങൾക്ക് മാർഗഭ്രംശം വന്നിട്ടുണ്ടാകാം
നിങ്ങളുടെ നീച ജന്മദാഹങ്ങളെ തണുപ്പിക്കാൻ
ഞങ്ങളുടെ കിണറുകൾ തന്നിട്ടുണ്ടാവില്ലായിരിക്കാം
അതും സമ്മതിച്ചു
നിങ്ങളുടെ നിലവും കാടുകളും
ഞങ്ങള് പിടിച്ചെടുത്തു
വെട്ടിനിരത്തി തീയിട്ടു
ഞങ്ങളുടെ ബാങ്കുകളും അങ്ങാടികളും
നിങ്ങളെ സേവിച്ചിട്ടുണ്ടാകില്ല
ഒക്കെ ശരിതന്നെ
എന്നുവെച്ച്?
ഹൈന്ദവതയെ ഉപേക്ഷിച്ച് പോകാൻ മാത്രം വളർന്നോ നിങ്ങൾ? ഇത്ര വലിയ വഞ്ചനയ്ക്ക് എങ്ങനെ നിങ്ങൾക്ക് മാപ്പുതരാൻ കഴിയും?
ചെല്ല്, ചെന്ന് പറ
നിങ്ങളെ വഞ്ചിക്കുന്ന ആ പള്ളീലച്ചന്മാരോട്
ലോകം ഉണ്ടായ അന്നുതൊട്ട്
എല്ലാ സസ്യജന്തുജാലങ്ങളും മനുഷ്യരും
സൃഷ്ടിക്കപ്പെട്ടത്
സനാതന ഹിന്ദുക്കളായിട്ടായിരുന്നു എന്ന്
സ്വന്തമാളുകളുടെ അതിക്രമങ്ങളെക്കാൾ
നിങ്ങൾക്കിഷ്ടം
ക്രിസ്ത്യാനിയാകുന്നതിന്റെ സുഖലോലുപതയാണെന്നോ?
ഹോ, ഈ പുഴുക്കളുടെ ലോകം
എത്രമാത്രം വഞ്ചകന്മാരും ദൈവരഹിതവുമായി മാറിക്കഴിഞ്ഞിരിക്കുന്നു
ചതി! ചതി!

6

ഒറീസയിൽനിന്ന് ഗുജറാത്തിലേക്ക്

'തൊട്ടുകൂടാത്തവൻ ചത്തു. അശുദ്ധിയുടെ ഭീതി ഇല്ലാതായി' എന്നത് പഴയൊരു സവർണ പഴമൊഴിയാണ്. 'അയിത്തായിട്ട് ജീവിക്കുന്നതിനേക്കാൾ ഭേദം ശുദ്ധായിട്ട് മരിക്കുന്നതാണെന്നത്' ഒരു കാലഘട്ടത്തെയാകെ ഭരിച്ച വിശ്വാസപ്രമാണവുമായിരുന്നു. ജാതി-ജന്മി–നാടുവാഴിത്ത സമൂഹത്തിന്റെ 'ശബ്ദകോശത്തി'ൽ സാഹോദര്യമെന്നൊരു പദം എത്ര ശ്രമിച്ചാലും കണ്ടെത്താൻ കഴിയുമായിരുന്നില്ല. 'നമുക്ക് സന്യാസം തന്നത് ബ്രിട്ടീഷുകാരാണെന്ന' ശ്രീനാരായണഗുരുവിന്റെ സത്യവാങ്മൂലത്തിൽനിന്നും, 'വലിയ നെല്ലിക്കപോലെ' അടർന്നുവീണത്, കീഴാള സങ്കടങ്ങളുടെ കണ്ണുനീർത്തുള്ളികളാണ്. എന്നിട്ടും പി പരമേശ്വരനെപ്പോലുള്ള ഒരു സംഘപരിവാർ പണ്ഡിതൻ, ഗുരുവിനെ മതപരിവർത്തനത്തെ പ്രതിരോധിക്കാൻ ജീവിച്ച ഒരു മഹാനാണെന്ന് തോന്നിപ്പിക്കുംവിധം അവതരിപ്പിച്ചത്, മിനിമം ഭാഷയിൽ പറഞ്ഞാൽ വസ്തുതകൾക്കെതിരായ വെല്ലുവിളിയാണ്!

"ഒരു ജാതി ഒരുമതം ഒരു ദൈവം മനുഷ്യന്" എന്നും "മതം ഏതായാലും മനുഷ്യൻ നന്നായാൽ മതി" എന്നുമുള്ള മന്ത്രങ്ങൾ ഉപദേശിച്ചപ്പോൾ തന്നെ വൻതോതിൽ അക്കാലത്ത് നടന്നുവന്നിരുന്ന മതംമാറ്റത്തെ കഠിനമായി എതിർക്കുവാനും മതം മാറിപ്പോയവരെ തിരിച്ചെടുക്കാനും ഗുരുദേവൻ നിഷ്കർഷിച്ചിരുന്നു' (*ദിശാബോധത്തിന്റെ ദർശനം* : പി പരമേശ്വരൻ) കേരളീയ നവോത്ഥാനത്തിന്റെ സൂര്യതേജസായ ശ്രീനാരയണഗുരുവിനെ, ഒറീസയിലെ വംശഹത്യക്ക്, 'പല നിലകളിൽ' നിമിത്തമായ 'ലക്ഷ്മണാനന്ദസ്വാമി മാതൃകയിലേക്ക്' വെട്ടിച്ചുരുക്കുന്നത്, ക്രൂരമായ ചരിത്രനിന്ദയാണ്. ഇതിനേക്കാൾ 'കുക്രൂര'മായ മറ്റൊരു ചരിത്രനിന്ദ കാണാനിടവന്നത്, "കേരളത്തിന്റെ മുന്നേറ്റം ഹിന്ദു ഐക്യത്തിലൂടെ" എന്ന രാഷ്ട്രീയ സ്വയംസേവകസംഘത്തിന്റെ, ഒരു ലഘുലേഖയി

ലാണ്. അതിൽ അവകാശപ്പെട്ടിരിക്കുന്നത്, ശ്രീനാരായണ ധർമപരിപാലനയോഗവും ആര്യസമാജവും വിശ്വഹിന്ദുപരിഷത്തും, ക്ഷേത്രസംരക്ഷണസമിതിയും ആർ എസ് എസും "പരസ്പരപൂരകങ്ങളായിരുന്നുവെന്ന് നമുക്ക് മനസിലാവും"എന്നാണ്!

ജാതി വേണ്ട മതം വേണ്ട ദൈവം വേണ്ട എന്ന് പ്രഖ്യാപിച്ച സഹോദരൻ അയ്യപ്പൻ കൂടി ഉൾപ്പെടുന്ന ശ്രീനാരായണ പ്രസ്ഥാനവും ബാബറി മസ്ജിദ് തകർത്ത് അതിനുമേൽ തന്നെ രാമക്ഷേത്രം നിർമിക്കാതെ, ആർഷസംസ്കാരത്തെ സംരക്ഷിക്കാൻ കഴിയില്ലെന്ന് കരുതുന്ന, രാഷ്ട്രീയ സ്വയംസേവക സംഘവും പരസ്പരപൂരകമാകുന്ന, 'മന്ത്രവിദ്യ' എത്ര ആലോചിച്ചിട്ടും മനസിലാക്കാനാവുന്നില്ല. 'നാം എന്നെന്നേക്കുമായി ജാതിമതങ്ങൾ വിട്ടിരിക്കുന്നു' എന്ന് 1916–ൽ പരസ്യമായി പ്രഖ്യാപിച്ച ഗുരുവും, 2008ൽ പോലും ഒരാൾ ഹിന്ദുമതം ഉപേക്ഷിച്ചാൽ, അതോടെ അയാൾ, 'അശുദ്ധനായി' തീർന്നു എന്നാക്രോശിക്കുന്ന വിശ്വഹിന്ദു സന്യാസിമാരും, രണ്ട് വ്യത്യസ്ത സമീപനങ്ങളെ തന്നെയാണ് പ്രതിനിധീകരിക്കുന്നതെന്ന സത്യമാണ്, പി പരമേശ്വരനുൾപ്പെടെയുള്ള സംഘപരിവാർ പണ്ഡിതന്മാർ പൂഴ്ത്തിവയ്ക്കുന്നത്. സ്വന്തം വളർത്തൽ ചുറ്റുപാടിന്നകത്തുനിന്നുകൊണ്ടുതന്നെ, അതിനെ മറികടക്കാൻ ശ്രമിച്ച 'ഇന്ത്യൻ നവോത്ഥാനത്തിനും', മതപരിവർത്തന നിരോധനത്തിലും ഗോവധനിരോധനത്തിലും മാത്രം മോക്ഷം കാണുന്ന വി എച്ച് പി സന്ന്യാസത്തിനുമിടയിൽ കിടന്നലറുന്നത് ഒരുവിധേനെയും പരസ്പരം പൊരുത്തപ്പെടാനാവാത്ത വ്യത്യസ്ത കാഴ്ചപ്പാടുകളാണ്.

ഹിന്ദുമതം ഉപേക്ഷിക്കുന്നതോടെ ഒരാൾക്ക് ഇന്ത്യൻ പൗരത്വം നഷ്ടപ്പെടുന്നു എന്ന 'വിശ്വഹിന്ദു' സമീപനം എത്ര തന്നെ വലിച്ചുനീട്ടിയാലും, ഇന്ത്യൻ നവോത്ഥാനവുമായി കൂട്ടിക്കെട്ടാൻ കഴിയില്ല. "മതപരിവർത്തനം കൊലപാതകംപോലെ ഒരു കുറ്റമാണ്. കാരണം അതൊരു വ്യക്തിയുടെ സ്വത്വത്തെ തകർക്കുന്നു..." എന്ന പ്രവീൺ തൊഗാഡിയയുടെ അത്യന്തം പ്രകോപനപരമായ സമീപനംതന്നെയാണ്, സംഘപരിവാർ പൊതുവിൽ പങ്കുവയ്ക്കുന്നത്. ഞങ്ങൾ മതപരിവർത്തനത്തെ ശക്തമായി എതിർക്കുന്നു. രാജ്യത്ത് ഒരിടത്തും അത് നടത്താൻ ഞങ്ങൾ അനുവദിക്കില്ല' എന്ന വിഎച്ച്പി സമീപനമാണ്, ഒറീസ യാത്രക്കിടയിൽ, പത്രപ്രവർത്തകരിലൊരു വിഭാഗംപോലും വിളിച്ചുപറഞ്ഞത്. കന്ദമാൽ സന്ദർശനം കഴിഞ്ഞ് ഭുവനേശ്വറിൽ ഞങ്ങൾ വിളിച്ചുചേർത്ത പത്രസമ്മേളനത്തിൽനിന്നും ചില പത്രപ്രവർത്തകർ രോഷാകുലരായി ഇറങ്ങിപ്പോയത്, മതം സ്വീകരിക്കാനും സ്വീകരിക്കാതിരിക്കാനും ആർക്കും സ്വാതന്ത്ര്യമുണ്ടെന്ന് ഞങ്ങൾ വാദിച്ചപ്പോഴായിരുന്നു! എന്തുകൊണ്ട് ഒരു വീട്ടിൽതന്നെ വ്യത്യസ്ത മതവിശ്വാസം പുലർത്തുന്നവർക്കും, ഒരു തരത്തിലുള്ള മതവിശ്വാസവും പങ്കുവയ്ക്കാത്തവർക്കും ഒന്നിച്ച് ജീവിച്ചുകൂടാ എന്ന ഞങ്ങളുടെ ചോദ്യത്തെ കടുത്ത അസഹിഷ്ണുതയോടെയാണവർ നേരിട്ടത്.

സൗമ്യമായി സംസാരിച്ച, *ടൈംസ് ഓഫ് ഇന്ത്യ*യുടെ മുതിർന്ന പത്രാധിപരിലൊരാളായ, രാജാറാംസത്പതിയും, രൗദ്രനായി മാറിയത്, മതപരിവർത്തനത്തെക്കുറിച്ച് ഞങ്ങൾ സംസാരിക്കാനാരംഭിച്ചപ്പോഴാണ്! അതോടെ, മനുഷ്യരുടെ സംസ്കാരമാകെ അവസാനിച്ചുപോകുമെന്നാണ് ഒറീസയിലെ അഭ്യസ്തവിദ്യരിൽ ഒരുവിഭാഗംപോലും കരുതുന്നത്. മറ്റു മതക്കാർക്കും ഒരു മതവുമില്ലാത്തവർക്കും ഒരു സംസ്കാരവുമില്ലെന്ന് സിസ്സംശയം പ്രഖ്യാപിക്കുന്ന ഇവർ, സഹിഷ്ണുതയുടെ മാലാഖമാരായിട്ടാണ് സ്വയം നടിക്കുന്നത്! ഹിറ്റ്ലർ സങ്കീർണമായ സംസ്കാരത്തെ, സങ്കുചിതമാംവിധം മൂന്നായി വിഭജിച്ചതിനെ, ഇവർ പിന്നെയും ചുരുക്കി, സങ്കുചിതത്വത്തിൽ സാക്ഷാൽ ഹിറ്റ്ലറെപ്പോലും തോൽപ്പിക്കുന്നതാണ് ഞങ്ങൾക്ക് കാണാൻ കഴിഞ്ഞത്! 'സംസ്കാരത്തിന്റെ സ്രഷ്ടാക്കൾ, സംസ്കാരത്തിന്റെ വാഹകർ, സംസ്കാരത്തെതന്നെ ഇല്ലായ്മ ചെയ്യുന്നവർ എന്നിങ്ങനെയായിരുന്നു ഹിറ്റ്ലർ സംസ്കാരത്തെ വിഭജിച്ചതെങ്കിൽ, ഇവരത് സംസ്കാരത്തിന്റെ സൃഷ്ടിയിലും സംഹാരത്തിലും ഒതുക്കി സംതൃപ്തമാവുകയായിരുന്നു.

'ശങ്കരവേദാന്തത്തെ'ക്കുറിച്ചാണ് നിങ്ങൾ സംസാരിക്കുന്നതെങ്കിൽ അതെന്താണെന്നറിയാത്തവർപോലും സന്തുഷ്ടരാകും! 'ബലേഭേഷ്' എന്നവരാർത്തുവിളിക്കും! എന്നാൽ, സങ്കരസംസ്കാരത്തെക്കുറിച്ചാണ് നിങ്ങൾ സംസാരിക്കുന്നതെങ്കിൽ, അവ്വിധം ജീവിക്കുന്നവർപോലും രോഷാകുലരാകും! ദയാനന്ദസരസ്വതിയുടെ, *സത്യാർഥപ്രകാശ്*, ഗുരുജി ഗോൾവൽക്കറുടെ, *വിചാരധാര*, അരുൺഷൂരിയുടെ, *മിഷനറിമാർ ഭാരതത്തിൽ* തുടങ്ങിയ വ്യത്യസ്ത വിഭാഗങ്ങളിൽപെടുത്താവുന്ന ഗ്രന്ഥങ്ങളിലും അസംഖ്യം 'വിഷംതുപ്പുന്ന' സംഘലഘുലേഖകളിലും 'മതപരിവർത്തന' സംബന്ധമായി അവതരിപ്പിച്ചിട്ടുള്ള ആശയങ്ങൾ ഉപരിപ്ലവവും, അത്യന്തം അപകടകരങ്ങളുമാണ്. പൗരസമൂഹത്തിൽ ഒരു പകർച്ചവ്യാധിപോലെ ഇത്തരം ആശയങ്ങളാണ് പടർന്നുപിടിച്ചുകൊണ്ടിരിക്കുന്നത്. വത്യസ്ത രാഷ്ട്രീയ പാർട്ടികളിൽപെട്ടവർപോലും, മതപരിവർത്തനം ഉൾപ്പെടെയുള്ള, "സാംസ്കാരികകാര്യങ്ങളിൽ" സംഘപരിവാർ പ്രചരിപ്പിക്കുന്ന, 'സാംസ്കാരികദേശീയത' സംബന്ധിച്ച ആശയങ്ങളോടാണ് വേണ്ടത്ര ആലോചിക്കാതെ അടുപ്പം പുലർത്തുന്നത്.

മതപരിവർത്തനത്തെ അനിവാര്യമാക്കുന്ന സാമൂഹ്യ, ധൈഷണിക പശ്ചാത്തലത്തെ ഒട്ടുമേ പരിഗണിക്കാത്ത, 'ഗൂഢാലോചനസിദ്ധാന്തങ്ങളിലാണ്' സംഘപരിവാർ മുമ്പെന്നപോലെ ഇന്നും അഭിരമിക്കുന്നത്! 'തലയിൽ കെട്ടു'കാരെയും 'ളോഹ'ക്കാരെയും കാണുമ്പോഴേക്കും അകാരണമായ ഒരസഹ്യത ചിലരെങ്കിലും പങ്കുവയ്ക്കുന്നത്, പ്രത്യക്ഷത്തിൽ അവർ തന്നെ എതിർക്കുന്ന സംഘപരിവാർ പ്രത്യയശാസ്ത്രത്തോട് 'ആന്തരികമായി' വിടചോദിക്കാൻ അവർക്ക് ഇനിയും കഴിയാത്തതുകൊണ്ടാവണം! ഒരാൾ ആഴത്തിൽ സ്വയം മോചനമാർഗവും

മോക്ഷവുമായി കരുതുന്ന ഒരു കാഴ്ചപ്പാട് മറ്റൊരാൾക്ക് പകർന്നുകൊടുക്കുന്നതിനെ മതാത്മകമായി പാവനവും മതേതരമായി പ്രസക്തവുമായി പരിഗണിക്കുന്നതാവും ഉചിതം. ഒരാൾക്ക് സ്വന്തം മതത്തിൽ,അഗാധമായ ബോധ്യം ഇല്ലാതിരിക്കുമ്പോഴാണ്, "എന്തുമായ്ക്കോട്ടെ" എന്ന അലസമായ മാനസികാവസ്ഥ ഉണ്ടാവുന്നത്! ആശയങ്ങൾ പൂഴ്ത്തിവയ്ക്കാനുള്ളതല്ല, പ്രചരിപ്പിക്കാനുള്ളതാണെന്ന' ബ്രഹ്തിന്റെ കാഴ്ചപ്പാട്, മതപരിവർത്തനത്തെ സംബന്ധിച്ചിടത്തോളവും പ്രസക്തമാണ്! ഇല്ലെങ്കിൽ, ലോകത്ത് ഇത്രമാത്രം 'മതങ്ങളും' 'വ്യത്യസ്ത ആശയങ്ങളും' ഉണ്ടാകുമായിരുന്നില്ല. ഓരോ മതവും ആശയവും അത് പിറന്ന മണ്ണിൽതന്നെ അവസാനിച്ചുപോകുമായിരുന്നു. അങ്ങനെ സംഭവിക്കാതിരുന്നത്; 'പരിവർത്തന'ത്തിന്റെ കൊടുങ്കാറ്റ് ലോകമാസകലം ആഞ്ഞടിച്ചതുകൊണ്ടാണ്! അതിന് നിരോധനമേർപ്പെടുത്താനും സങ്കീർണവും, വൈവിധ്യപൂർണവുമായ അതിന്റെ ചരിത്രത്തെ, വെറുമൊരു പൈങ്കിളിക്കഥയിലേക്ക് ചുരുക്കിയൊതുക്കാനുമാണ് മുമ്പെന്നപോലെ ഇന്നും സംഘപരിവാർ ശ്രമിക്കുന്നത്!

സംഘപരിവാറിന്റെ ആധികാരിക സൈദ്ധാന്തിക ഗ്രന്ഥമായ *വിചാരധാര* ക്രൂരമായ ഒരു 'ചതി' പ്രയോഗം മാത്രമായിട്ടാണ് 'മതപരിവർത്തന'ത്തെയാകെ കാണുന്നത്!

> ഒരു കഷണം ഗോമാംസമോ മറ്റോ ഗ്രാമത്തിലെ പൊതുജലാശയത്തിൽ ഇടുകയും അത് അറിയാത്ത ഗ്രാമീണർ ആ വെള്ളം പതിവുപോലെ ഉപയോഗിക്കുകയും ചെയ്യുന്നു. പിറ്റേന്ന് രാവിലെ പാതിരിയോ മൗലവിയോ വന്ന് ഗ്രാമീണരെല്ലാം അശുദ്ധമായ ജലം ഉപയോഗിച്ചതുമൂലം അവരുടെ മതത്തിൽനിന്ന് ഭ്രഷ്ടമായിരിക്കുന്നുവെന്നും ഇനിയവർക്കുള്ള ഒരേയൊരു പോംവഴി തങ്ങളുടെ കൂട്ടത്തിൽ ചേരുക മാത്രമാണെന്നും പറയുന്നു. ഈ വിധത്തിൽ ഗ്രാമങ്ങളൊട്ടാകെ ഉത്തരഭാരതത്തിൽ ഇസ്ലാം മതത്തിലേക്കും പശ്ചിമതീരത്ത് ക്രിസ്തുമതത്തിലേക്കും ചേർക്കപ്പെട്ടിട്ടുണ്ട് *(വിചാരധാര)*.

മതപരിവർത്തനത്തെ, സിസ്സാരമായ ഒരു 'ഗോമാംസ' കഥയാക്കി മാറ്റിക്കൊണ്ട് സംഘപരിവാർ ശ്രമിക്കുന്നത്, ജാതി പീഡനത്തിൽനിന്നും രക്ഷപ്പെടാൻ മതം മാറിയ മനുഷ്യരെ മുഴുവൻ ഇല്ലാക്കഥകളുണ്ടാക്കി പിന്നെയും പീഡിപ്പിക്കാനാണ്.

ഇന്ത്യയിലെ കീഴാളർ മുമ്പും ഗോമാംസം 'മുഴുവനായി'തന്നെ കഴിച്ചവരാണെന്നിരിക്കെ, എങ്ങനെയാണ് ഒരു കഷണം ഗോമാംസംകൊണ്ട് അവർ ഭ്രഷ്ടരായിത്തീരുന്നത്! ആദ്യമേ, ഭ്രഷ്ടരാക്കപ്പെട്ടവരെ പിന്നെ വീണ്ടും ഭ്രഷ്ടരാക്കാൻ കഴിയുന്നതെങ്ങനെയാണ്? വിവിധ മതജാതി വിഭാഗങ്ങൾക്ക് ഒന്നിച്ച് വെള്ളംകുടിക്കാൻ പാകത്തിൽ, ഇവിടെ എക്കാലത്തും 'പൊതുജലാശയങ്ങൾ' നിലനിന്നിരുന്നുവെന്ന് പറഞ്ഞ്

സംഘപരിപാർ ആരെയാണ് പറ്റിക്കാൻ നോക്കുന്നത്! സത്യവുമായി ഒരുവിധ ബന്ധവുമില്ലാത്ത ഇത്തരം നുണകളാണ് സംഘപരിവാർ നിരന്തരം നിർമിച്ചുകൊണ്ടിരിക്കുന്നത്. 'ഹിന്ദുമതത്തിന്റെ അനിവാര്യഭാഗമായി മാറിക്കഴിഞ്ഞ' ജാതി വ്യവസ്ഥ, ഇസ്ലാം ,ക്രിസ്തുമതങ്ങൾ സൃഷ്ടിച്ചതാണെന്ന് ഈ ആധുനികകാലത്തുപോലും വാദിക്കാൻ അശോക് സിംഗാളിപ്പോലുള്ളവർക്ക് ഒരു മടിയുമില്ല! മനുഷ്യസമൂഹത്തിൽ വലിയൊരു വിഭാഗത്തെ, 'മ്ലേച്ഛർ' എന്ന് മുദ്രകുത്തിയ, 'സവർണ പ്രത്യയശാസ്ത്രത്തെ കുറ്റവിമുക്തമാക്കാനുള്ള മാപ്പർഹിക്കാത്ത കുറ്റകൃത്യത്തിലാണ് സംഘപരിവാർ വ്യാപൃതരായിരിക്കുന്നത്. "ഇസ്ലാം–ക്രൈസ്തവഭരണം സ്ഥാപിക്കപ്പെടുന്നതുവരെ എല്ലാ സമുദായങ്ങളും ഒരേ അവകാശങ്ങൾ അനുഭവിച്ചിരുന്നവരായിരുന്നു. ഇസ്ലാമിക ആക്രമണത്തോടുകൂടിയാണ് രാജ്യത്ത് അപമാനം കുന്നുകൂടാൻ തുടങ്ങിയത്. ഇസ്ലാമിക ആക്രമണകാരികളെയും ഇസ്ലാമിസത്തിലേക്കുള്ള അവരുടെ മതപരിവർത്തനശ്രമങ്ങളെയും എതിർത്ത മർദിതസമുദായങ്ങൾക്ക് അപമാനവും പീഡനവും അനുഭവിക്കേണ്ടിവന്നു. ഇവർ തങ്ങളുടെ ദേശത്തുനിന്നും പറിച്ചുമാറ്റപ്പെടുകയും, സ്വന്തം മതം ഉപേക്ഷിക്കാൻ തയാറല്ലാത്തതിനാൽ, ദരിദ്രരും അസ്പൃശ്യരുമായി കഴിയേണ്ടിവരികയും ചെയ്തു.

നശിച്ച ഇസ്ലാം–കൈക്രസ്തവമതങ്ങൾ ഇന്ത്യയിൽ വന്നതാണ് സർവ കുഴപ്പങ്ങൾക്കും കാരണമായി സിഗാൾ കാണുന്നത്. കീഴാളരെ മനുഷ്യരായി പരിഗണിക്കാത്ത *മനുസ്മൃതി* കത്തിച്ച അംബേദ്കർ തെറ്റ്, ഗ്രഹാംസ്റ്റെൻസിനെ കത്തിച്ച ദാരാസിങ് ശരി എന്നല്ലാതെ മറ്റെന്താണ് ഇതുവഴി സിംഗാൾ പറയാൻ ശ്രമിക്കുന്നത്

സംഘപരിവാർ രൂപംകൊള്ളുന്നത് പലരും കരുതുന്നതുപോലെ, ആയിരത്തിത്തൊള്ളായിരത്തി ഇരുപത്തിയഞ്ചിൽ, രാഷ്ട്രീയ സ്വയം സേവകസംഘത്തോടൊപ്പമല്ല, അതിനുമെത്രയോ നൂറ്റാണ്ടുകൾക്ക് മുമ്പാണ്. ഇന്ത്യൻ നാഷണൽ കോൺഗ്രസ് രൂപംകൊള്ളുന്നതിനും ഒരു വർഷംമുമ്പ്, 1884 ൽ 'രാമസഭ' എന്നൊരു സംഘടന പിറക്കുന്നതിനും മുമ്പ്, 'സവർണാധിപത്യം' ഇന്ത്യൻ ജീവിതത്തിൽ ഒരു 'മേൽക്കോയ്മാശക്തി'യായി മാറാനാരംഭിച്ച കാലത്തോളം' ആശയപരമായി' അതിന് പഴക്കമുണ്ട്!കീഴാള പുച്ഛവും പരമതവിദ്വേഷവും അക്കാലം മുതൽ അതിന്റെ മൂലധനമാണ്. പലപ്പോഴും പാഠപുസ്തകങ്ങളിൽ 'രാജാറാം മോഹൻറോയിക്കൊപ്പം പരാമർശിക്കപ്പെടുന്ന ദയാനന്ദസരസ്വതിയുടെ *സത്യാർഥപ്രകാശം*പോലും ആവിഷ്കരിക്കുന്നത്, അന്യ'മതങ്ങളാടും കീഴാളരോടുമുള്ള അങ്ങേയറ്റത്തെ അസഹിഷ്ണുതയാണ്. മുസ്ലിം ക്രിസ്ത്യൻ ദളിത് വിഭാഗങ്ങളിൽപ്പെട്ടവർ സ്വാമിദയാനന്ദസരസ്വതിയുടെ കാഴ്ചപ്പാടിൽ വൃത്തികെട്ടവരാണ്. മലമൂത്രവിസർജനം ചെയ്ത് കൈകഴുകാതെ 'ജോലിചെയ്യുന്നവരാണ്! ക്രിസ്തുവിനെ 'ഇക്കാലത്തെ ജ്ഞാനികളുടെ കൂട്ടത്തിൽ ഉൾപ്പെടുത്താനാവില്ലെന്ന കാര്യത്തിലും സ്വാമി

ദയാനന്ദസരസ്വതിക്കൊരു സംശയവുമില്ല! “മൂക്കില്ലാ രാജ്യത്ത് മുറിമൂക്കൻ രാജാവ് എന്ന് പറഞ്ഞമാതിരി എല്ലാവരും കാട്ടാളന്മാരായിരുന്ന ഒരു രാജ്യത്ത് ക്രിസ്തു മഹാൻ തന്നെയായിരുന്നു” എന്നദ്ദേഹം സമർത്ഥിച്ചത് വാഴ്ത്തപ്പെടുന്ന ആർഷസംസ്കാരസഹിഷ്ണുതയുടെ ഭാഗമായിട്ടായിരിക്കണം‘ഞങ്ങളലില്ല ഇസ്ലം രക്തം, ഞങ്ങളിലില്ല ക്രൈസ്തവരക്തം, ഞങ്ങളിലില്ല ഹൈന്ദവരക്തം, ഞങ്ങളിലുള്ളത്, ‘മാനവരക്തം’ എന്ന പുരോഗമന മുദ്രാവാക്യത്തെ എത്രയോ പതിറ്റാണ്ടുകൾക്ക് മുമ്പുതന്നെ സ്വാമി ദയാനന്ദ സരസ്വതി, തകർത്തുകളഞ്ഞിരുന്നുവെന്ന് ഇന്ന് നാം തിരിച്ചറിയേണ്ടിയിരിക്കുന്നു. ഇക്കാര്യത്തിൽ, അദ്ദേഹം അശോക് സിംഗാളിനെപ്പോലെ, ക്രൈസ്തവ ഇസ്ലാം മതങ്ങളെ കുറ്റപ്പെടുത്തുന്നില്ലെന്നുള്ളതും ശ്രദ്ധേയമാണ്! അദ്ദേഹം എഴുതി: “ചണ്ഡാളന്റെ ശരീരം ദുർഗന്ധപരമായ അണുക്കളെക്കൊണ്ട് നിറഞ്ഞിരിക്കുന്നു. ബ്രാഹ്മണാദിജാതികളുടെ ശരീരം അങ്ങനെയുള്ളതല്ല..” ഇതുകൊണ്ടും സംതൃപ്തനാവാതെ, “ഒരേയൊരു ചോര” സിദ്ധാന്തത്തെ, സ്വന്തം, “ചാർമസിദ്ധാന്തം” കൊണ്ട് നിഷ്കരുണം നേരിടാനാണ് അദ്ദേഹം തുനിഞ്ഞത്. അമ്മ, സ്വശ്രു സഹോദരിപുത്രി, പുത്രഭാര്യ എന്നിവരുടെയെല്ലാം ശരീരം ഏതുവിധത്തിലാണോ അതേ ചർമംകൊണ്ടുണ്ടാക്കിയതാണ് അവനവന്റെ ഭാര്യയുടെ ശരീരവും. അതുകൊണ്ട് നിങ്ങൾ ഭാര്യയോട് പെരുമാറുന്നതുപോലെ അമ്മ മുതലായവരോടും പെരുമാറുമോ? ഉത്തമമായ അന്നം കൈകൊണ്ട് എടുത്ത് വായകൊണ്ട് ഭക്ഷിക്കുന്നതുപോലെ ദുർഗന്ധമുള്ള പദാർഥങ്ങളെയും ഭക്ഷിക്കുവാൻ കഴിയുമെങ്കിൽ മലാദിവസ്തുക്കളെയും നിങ്ങൾ ഭക്ഷിച്ചേക്കുമോ...?” *(സത്യാർഥപ്രകാശം)*

സംഘപരിവാർ പ്രത്യാശാസ്ത്രം കടപ്പെട്ടിരിക്കുന്നത് രാജറാം മോഹൻറായ് മുതൽ ശ്രീനാരയണഗുരുവരെ ഉൾപ്പെടുന്ന നവോത്ഥാനത്തോടല്ല, മറിച്ച് ദയാനന്ദ സരസ്വതിയിൽ സംഗ്രഹിക്കപ്പെട്ട പുനരുത്ഥാന സമീപനത്തോടാണ്. ഹിന്ദുമതത്തിന്മേലുള്ള ‘മതപരിവർത്തനം’ സാധ്യമാക്കാൻ, ദായനന്ദ സരസ്വതി ആരംഭിച്ച ‘ശുദ്ധിപ്രസ്ഥാന’ത്തിന്റെ വികലമായ അനുകരണമാണ്, ‘ഗൃഹപ്രവേശ’മെന്ന പേരിലും, ‘മൂലമതത്തിലേക്കുള്ള തിരിച്ചുവരവെന്ന പേരിലും, രക്തപ്പുഴകളൊഴുക്കുംവിധം ഇന്ന് ഒറീസയിലും അരങ്ങേറുന്നത്. മതം മാറിയ ഏതൊരാൾക്കും ആദ്യമതത്തിലേക്ക് തിരിച്ചുപോകാനാവകാശമുണ്ട്. എന്നാൽ അതു മാത്രം ‘ശുദ്ധി’യും മറ്റുള്ളത് അശുദ്ധിയുമാണെന്ന കാഴ്ചപ്പാട് ‘അവികസിത’മാണ്. സ്വന്തം മതം മാത്രം ശരിയും മറ്റുള്ളതൊക്കെ മുഴുവൻ തെറ്റുമാണെന്ന് കരുതുന്നതിനേക്കാൾ, ‘ശുദ്ധിവാദത്തിൽ’ അപകടമുണ്ട്.‘മതം’ തന്നെയാണ് ‘ദേശീയത’എന്ന് വാദിക്കുന്നതിൽ അതിനേക്കാൾ അപകടമുണ്ട്. ഏതെങ്കിലും ഒരു രാജ്യം മാത്രം ‘പുണ്യഭൂമിയും’, ഏതെങ്കിലും ഒരു ജനതമാത്രം,’ദൈവത്താൽ തെരഞ്ഞെടുക്കപ്പെട്ടവരാണെന്നും വാദിക്കുന്നത് ഫാസിസമല്ലാതെ മറൊന്നുമല്ല. ഒറീസയിലെ കന്ദമാലിൽ’ ഒരു ജനസമൂഹത്തെ ‘കത്തിമുനയിൽനിർത്തി സംഘപരിവാർ നിർവഹി

ക്കുന്ന, 'പുനർമതപരിവർത്തനം', ആധുനികസമൂഹങ്ങളൊക്കെയും അംഗീകരിക്കുന്ന ജനാധിപത്യമത പരിവർത്തനവുമായി ഒരു വിധേനയും പൊരുത്തപ്പെടുന്നതല്ല. *വിചാരധാര*പോലും നിർബന്ധിത പുനർമത പരിവർത്തനത്തെ പരസ്യമായി പിന്തുണയ്ക്കുന്നില്ല.

"നമ്മുടെ സമാജത്തിൽനിന്നും ഓടിപ്പോയ ധൂർത്തന്മാരായ പുത്രന്മാർ തിരിച്ചുവരുമ്പോൾ നമുക്കൊന്നിച്ചൊരു ദീവാളിയാഘോഷിക്കാം. ഇവിടെ നിർബന്ധത്തിന്റെ പ്രശ്നമില്ല. ഇതുകാര്യങ്ങൾ ശരിക്ക് മനസിലാക്കുന്നതിനും, തിരിച്ചുവന്നു വസ്ത്രധാരണത്തിലും വിവാഹച്ചടങ്ങുകളിലും ശവസംസ്കാരച്ചടങ്ങുകളിലും മറ്റുമെല്ലാം ഹൈന്ദവജീവിതരീതികളുമായി താദാത്മ്യം പ്രാപിക്കുവാനുമുള്ള ഒരാഹ്വാനവും അഭ്യർഥനയുമാണ്." മതം മാറിയ സ്വന്തം മക്കളെ 'ധൂർത്തന്മാരായ പുത്രന്മാർ' എന്ന് സൗമ്യമായി ശകാരിക്കുകയും തിരിച്ചുവരുമ്പോൾ, 'ദീവാളിയാഘോഷിക്കുകയും ചെയ്യുന്ന *വിചാരധാര*യുടെ സമീപനത്തിൽനിന്ന്' അടിസ്ഥാനപരമായിത്തന്നെ വ്യത്യസ്തമായ കാര്യങ്ങളാണ് ഇപ്പോൾ ഒറീസയിൽ അരങ്ങേറുന്നത്: കന്ദമാലിൽ അരക്ഷിതത്വമില്ലാതെ ജീവിക്കണമെങ്കിൽ, മിനിമം, 'ഹിന്ദുവായി' അഭിനയിക്കുകയെങ്കിലും വേണമെന്ന അവസ്ഥയാണ് ഇപ്പോൾ നിലനിൽക്കുന്നത്! ലക്ഷ്മണാനന്ദസ്വാമി മഹാത്മാരായ ഇന്ത്യൻ മഹർഷിമാരെ മാതൃകയാക്കി, 'അവിദ്യ' അവസാനിപ്പിക്കാനല്ല, മറിച്ച്, മോഡിയെ മാതൃകയാക്കി, 'ക്രിസ്ത്യാനികളെ' തുടച്ചുനീക്കാനാണ് ആഹ്വാനം ചെയ്തത്. 1969 ൽ കന്ദമാലിലെ ചക്കാപാഡിൽ അദ്ദേഹം ആശ്രമം സ്ഥാപിച്ചത് മുതൽ അത് ആധ്യാത്മികം എന്നതിനേക്കാളേറെ, ആഴത്തിൽ, രാഷ്ട്രീയമായിരുന്നു. ഹിന്ദുമതതത്വങ്ങൾ പ്രചരിപ്പിക്കുന്നതിനേക്കാൾ, സംഘപരിവാർ ആശയങ്ങൾ അടിച്ചേൽപ്പിക്കുന്നതിനാണ് അദ്ദേഹം നേതൃത്വം നൽകിയത്. 1926 ൽ മദ്ധ്യ ഒറീസയിലെ അൻഗുൽ ജില്ലയിൽ ജനിച്ച, അദ്ദേഹം ഭൂസംബന്ധമായ ഒരു കൊലക്കേസിൽ പ്രതിയായതിനെ തുടർന്ന്, ഹിമാലയത്തിൽ പോയി സന്യാസിയായിത്തീരുകയായിരുന്നെന്നാണ്, ജനാർദനപതി യടക്കമുള്ള ഉന്നതരാഷ്ട്രീയ പ്രവർത്തകരിൽനിന്നും മനസിലാക്കാൻ കഴിഞ്ഞത്. ഡൽഹി യൂനിവേഴ്സിറ്റിയിലെ പ്രൊഫസർ മനോരഞ്ജൻ മൊഹൻതി, ജവഹർലാൽ, നെഹ്റു യൂനിവേഴ്സിറ്റിയിലെ പ്രൊഫസർ അമതിബാദുരി, പ്രൊഫസർ കമലമിത്ര, മിസ് സീമാമുസ്തഫ തുടങ്ങിയവർ ഉൾപ്പെട്ട, സ്വതന്ത്ര വസ്തുതാന്വേഷണസംഘം, സ്വാമിയുടെ ക്രിമിനൽ പഞ്ചായത്ത്തലത്തെക്കുറിച്ച് പരാമർശിക്കുന്നുണ്ട്. സ്വാമിയുടെ വധത്തെ മാവോയിസ്റ്റുകൾ ഒഴിച്ച് സർവരും അപലപിക്കുകയും ഉയർന്നതലത്തിലുള്ള ഒരു ജുഡീഷ്യൽ അന്വേഷണം നടത്തി പ്രതികളെ നിയമത്തിന്റെ മുമ്പിൽ കൊണ്ടുവന്ന് ഉചിതമായ ശിക്ഷ ഉടൻ നൽകണമെന്ന് ആവശ്യപ്പെടുകയും ചെയ്തിട്ടും, സംഘപരിപവാർ ശക്തികൾ, സായുധരായ മാവോയിസ്റ്റുകളുമായി ഏറ്റുമുട്ടാതെ, നിരായുധരായ ക്രിസ്ത്യൻ ന്യൂനപക്ഷ സമൂഹത്തിന് നേരെ തിരിഞ്ഞിരിക്കുന്നത് എന്തുകൊണ്ടാണെന്നാണ് പലരും ചോദിക്കുന്നത്.

7

ചുമരുകൾക്കെന്തൊരുവൃത്തി

ഒറീസയിൽ ഞങ്ങളെത്തുമ്പോൾ അവിടെ പൂജ ഉത്സവങ്ങളുടെ തിരക്കാണ്. സന്ധ്യാസമയം ദീപാലങ്കാരങ്ങളാൽ സമൃദ്ധം, ചന്തകളിൽ നല്ല തിരക്ക്. ഇങ്ങനെയൊരു മനുഷ്യക്കുരുതി ഒറീസയിൽ നടക്കുന്നുണ്ടെന്ന് ഭുവനേശ്വറിലെ ഉത്സവാന്തരീക്ഷം കണ്ടാൽ നമുക്ക് വിശ്വസിക്കാൻ കഴിയില്ല.

അവിടുത്തെ ചുമരുകളെല്ലാം നല്ല വൃത്തിയുള്ളതാണ്. പക്ഷേ, ആ വൃത്തി അരാഷ്ട്രീയതയുടെ വിളംബരമാണ്. അവിടെ ഒരു പോസ്റ്ററില്ല. ചുമരുകളിൽ അക്ഷരത്തെറ്റുള്ള ഒരു വാക്യം പോലും എഴുതപ്പെട്ടിട്ടില്ല. ഒന്നും എഴുതപ്പെടാതെ ചുമരുകൾ മനോഹരമായി നിൽക്കുന്നു. സത്യത്തിൽ ഒഴിഞ്ഞ മനസിനെയാണ് ഇത് പ്രതീകവൽക്കരിക്കുന്നത്. ഇത്രയും രൂക്ഷമായ വംശഹത്യ നടക്കുമ്പോൾ എങ്ങനെ ചുമരുകൾക്കിങ്ങനെ വൃത്തിയും മാദകസൗന്ദര്യവും കാത്തുസൂക്ഷിക്കാൻ കഴിയുന്നു.

കേരളത്തിൽ എന്തൊക്കെ പറഞ്ഞാലും, പരിമിതികളുണ്ടെങ്കിലും ആരെങ്കിലും എന്തെങ്കിലും കരിക്കട്ടകൊണ്ടെങ്കിലും ചുമരുകളിൽ വരച്ചുവെക്കും. ഏതെങ്കിലും പോസ്റ്റർ പതിക്കും. നോട്ടീസ് വിതരണം നടക്കും. അഞ്ചു മുദ്രാവാക്യം വിളിക്കാൻ ആളുണ്ടാകും. ധർണകൾ സംഘടിപ്പിക്കും. എന്തെങ്കിലുമൊക്കെ ചെയ്യും. പക്ഷേ ഒറീസ താരതമ്യേന നിഷ്ക്രിയമാണ്. പൗരസമൂഹം എന്ന ഒന്ന് അവിടെ ഇനിയും പിറക്കാൻ ഇരിക്കുന്നേയുള്ളൂ. പൗരസമൂഹത്തിന്റെ അഭാവമാണ് കാര്യങ്ങളെ ഇങ്ങോട്ട് എത്തിച്ചത്. സാമൂഹിക ജീവിതം എന്നത് ഒറീസയെ സംബന്ധിച്ചിടത്തോളം പരിമിതം. 12 മാസത്തിൽ 13 ഉത്സവം. അതിൽ അവസാനിക്കുന്നു അവരുടെ ആഹ്ലാദങ്ങളും ആഘോഷങ്ങളും. അതിനപ്പുറത്ത് സ്വന്തം ജീവിതത്തെ അഭിമുഖീകരിക്കാൻ പല കാരണങ്ങൾ കൊണ്ടും അവർക്ക് കഴിയുന്നില്ല. ഇതിന് പ്രധാന കാരണം സാംസ്കാ

രിക ജീവിതത്തിന് നേതൃത്വം വഹിക്കുന്നത് സംഘ് പരിവാർ ആശയങ്ങളോ ഇതുമായി എളുപ്പത്തിൽ സന്ധിചെയ്യാൻ കഴിയുന്ന ജീർണിച്ച ആശയങ്ങളോ ആയതാണ്.

ഒറീസയിൽ സംഭവിക്കുന്നത് യഥാർഥത്തിൽ നമ്മുടെ മാധ്യമങ്ങളിൽ പ്രതിഫലിക്കപ്പെട്ടിട്ടില്ല. മാധ്യമങ്ങളിൽ കൂടി നാം മനസിലാക്കിയ ഒറീസയും യഥാർഥത്തിൽ ഒറീസയിൽ സംഭവിച്ചതും തമ്മിൽ വിവരണവിധേയമല്ലാത്ത വിധത്തിലുള്ള അകലമുണ്ട്. ഉദാഹരണമായി മാധ്യമങ്ങളിൽ നിന്ന് മനസിലാകുന്നത് ഒറീസയിലെ സംഘ്പരിവാരം ക്രിസ്ത്യൻ സമുദായത്തിന് നേരെ അക്രമം നടത്തുന്നുവെന്നാണ്. ഇതു തന്നെ നമ്മുടെ മാധ്യമങ്ങളിൽ സാമാന്യം സത്യസന്ധത പുലർത്തുന്നവയുടെ സമീപനം. അതേസമയം മുഖ്യധാര മാധ്യമങ്ങൾ പൊതുവെ എടുക്കുന്ന സമീപനം ആരാണ് പ്രതി, ആരാണ് ഇര എന്ന് വ്യക്തമായി വ്യവച്ഛേദിച്ച് മനസിലാക്കാൻ വായനക്കാർക്ക് ഇടം നൽകാത്ത വിധത്തിലാണ് അക്രമികൾ എന്നൊക്കെയുള്ള അമൂർത്തമായ പദങ്ങൾ ഉപയോഗിക്കുകയാണവർ. അതായത് മൂർത്തമായി കൃത്യമായി പറയേണ്ട കാര്യങ്ങളെ വളരെ അവ്യക്തമായി, അമൂർത്തമായി അവതരിപ്പിച്ച് വാദിക്കും പ്രതിക്കും ഇടയിൽ 'നിഷ്പക്ഷത' പാലിക്കുന്നുവെന്ന വ്യാജ പ്രതീതി സൃഷ്ടിക്കുകയാണ്.

എന്നാൽ അതിൽ നിന്ന് വ്യത്യസ്തമായി ഒറീസയിൽ യഥാർഥത്തിൽ സംഭവിക്കുന്ന കാര്യങ്ങൾ ജനങ്ങളുടെ മുമ്പിൽ അവതരിപ്പിക്കാൻ ആഗ്രഹിക്കുന്ന മാധ്യമങ്ങൾക്ക് പോലും സത്യത്തിൽ വേണ്ടത്ര കാര്യങ്ങൾ അവതരിപ്പിക്കാൻ കഴിയുന്നില്ല. അതിന്റെ പ്രധാന കാരണം മാധ്യമപ്രവർത്തകർക്ക് ഈ പ്രദേശത്തേക്ക് പ്രവേശനമില്ലെന്നതു തന്നെ. കന്ദമാൽ ജില്ലയിലെ ഹെഡ് ക്വാർട്ടേഴ്സായ ഫുബാനിയിൽ ചെന്നാൽ ലഭിക്കുന്ന പരിമിതമായ വിവരങ്ങൾക്കൊണ്ട് അവർ സംതൃപ്തരാവുകയാണ്. അതേ സമയം ഉൾഭാഗങ്ങളിൽ എന്താണ് നടക്കുന്നതെന്ന് കന്ദമാൽ ജില്ലയുടെ പട്ടണ കേന്ദ്രത്തിൽ നിൽക്കുമ്പോൾ മനസിലാകില്ല. പ്രധാന കാരണം കേരളത്തെപ്പോലെ വാർത്താമാധ്യമങ്ങൾ ഇല്ലെന്നത് തന്നെ. ആശയ പ്രചാരണം പ്രധാന പ്രവർത്തനമാക്കിയ സാംസ്കാരിക സംഘടനകളുമില്ല. പ്രമുഖരായ എഴുത്തുകാരുണ്ട്. പക്ഷേ, അവർ നിസ്സഹായരാണ്. ഇതുകൊണ്ട് തന്നെ യഥാർഥത്തിൽ ഒറീസയിൽ നടക്കുന്നതെന്താണെന്ന് ജനങ്ങൾ അറിയുന്നില്ല. ഒരു വശത്ത് ക്രൂരമായ പീഡനങ്ങൾ നടക്കുമ്പോൾ മറുവശത്ത് തെല്ലുംകുറവില്ലാത്ത ആഘോഷങ്ങൾ. നമുക്ക് തന്നെ അത്ഭുതം തോന്നുന്ന കാഴ്ചകൾ.

ഒറീസയിലെ സംഘ്പരിവാർ കേന്ദ്രങ്ങളിൽ ക്രിസ്ത്യൻ സമൂഹത്തെ കാളയിറച്ചി തിന്നുന്നവർ എന്നാണ് വിശേഷിപ്പിക്കുന്നത്.

2008ൽ കന്ദമാൽ ജില്ലയിലെ അല്ലെങ്കിൽ ഒറീസയിലെ ക്രിസ്ത്യൻ സമൂഹം മാത്രമാണല്ലോ കാളയിറച്ചി തിന്നുന്നത്! അല്ലെങ്കിൽ ലോകത്ത് ക്രിസ്ത്യാനികൾ മാത്രമാണ് കാളയിറച്ചി തിന്നുന്നത്!!

കാളയിറച്ചി തിന്നുന്നവരുടെ കഥ കഴിക്കണം. എന്നു പറയുന്നവർ എത്രമാത്രം പ്രാകൃതരാണ്? ഒരു ജനത എന്ത് ഭക്ഷണം കഴിക്കണം, ഏതു കഴിക്കരുത എന്നു തിരു[illegible] സംഘപരിവാറിന്റെ ലഘുലേഖ വായിച്ചിട്ട് ആയിരിക്കണം എന്നു വരുന്നത് ജനാധിപത്യത്തിന് അവഹേളനമാണ്. മാത്രമല്ല, ആദിവാസികളെ മതപരിവർത്തനം നടത്തുന്നുവെന്ന് ആരോപിച്ചുകൊണ്ടാണ് ഈ വിമർശനം ഉന്നയിക്കുന്നത്.

ഒറീസക്കാർക്കിടയിൽ എലിയെ വരെ തിന്നുന്നവരുണ്ട്. കലഹന്തി ജില്ലയിൽ പട്ടിണിക്കാലത്ത് 'എലിയെ തിന്നൽ' വാർത്തകളിൽ നിറഞ്ഞു നിന്നിരുന്നു. ആദിവാസികൾ എല്ലാ ജീവികളെയും തിന്നുന്നവരാണ്. അങ്ങനെയുള്ള ആദിവാസികളുടെ പേരു പറഞ്ഞ് ക്രിസ്ത്യാനികളെമാത്രം കാളയിറച്ചി തിന്നുന്നവർ എന്നു കുറ്റപ്പെടുത്തുന്നത് ജനാധിപത്യത്തെ അവഹേളിക്കലാണ്. ഒറീസയിൽ തന്നെ വലിയൊരു വിഭാഗം ജനത ജാതി– മതഭേദം കൂടാതെ വ്യത്യസ്ത ഭക്ഷണം കഴിക്കുന്നവരാണ്. എന്നിട്ടും ഇത്തരം സങ്കുചിത പ്രചാരണങ്ങളാണ് വികസിപ്പിച്ചെടുക്കുന്നത്.

അക്രമത്തിന്റെ കഥകൾ പുറംലോകമറിയാത്തതു പോലെ തന്നെ അതിന്റെ വ്യാപ്തി സംഘർഷബാധിത പ്രദേശങ്ങളിലും വ്യക്തമല്ല. സംഘ് പരിവാരത്തിന്റെ സംഹാര താണ്ഡവത്തിൽ എത്ര പേർ മരിച്ചുവെന്നു പോലും കൃത്യമായി പറയാൻ കഴിയില്ല. സർക്കാർ കണക്ക് അനുസരിച്ച് 35 മുതൽ 40 പേർ. നൂറിലേറെ പേർ മരിച്ചെന്ന് അവിടുത്തെ ജനങ്ങളും പറയുന്നു. പക്ഷേ, ഈ രണ്ട് കണക്കുകളും തെറ്റാകാനാണ് സാധ്യത. കാരണം സി ആർ പി എഫ് ജവാൻ വനത്തിൽ മരിച്ചു കിടക്കുന്നുവെന്ന വാർത്ത കഴിഞ്ഞ ദിവസമാണ് മാധ്യമങ്ങളിൽ വന്നത്. ഇതുപോലെ വനപ്രദേശങ്ങളിൽ അവിടെ എവിടെയൊക്കെ ആരൊക്കെ മരിച്ചു കിടക്കുന്നുവെന്ന് കണ്ടെത്താനുള്ള അന്തരീക്ഷമല്ല അവിടെയുള്ളത്. എത്രപേരെ കാണാതായിട്ടുണ്ട്. അവർ ഒളിച്ചിരിക്കുകയാണോ മരിച്ചുപോയോ നാടുവിട്ടതാണോ ഇതൊന്നും ഇപ്പോൾ പറയാൻ പറ്റില്ല.

നീതി നൽകേണ്ട നിയമപാലകരുടെ അവസ്ഥയാണ് മറ്റൊന്ന്. നിയമപാലകർ പല സന്ദർഭങ്ങളിലും സംഘ്പരിവാർ അനുകൂല നിലപാട് സ്വീകരിച്ചു. അതിന്റെ ഏറ്റവും വലിയ തെളിവ് ഒറീസയിൽ ആക്രമണത്തിന് വിധേയരായ മനുഷ്യർ സുരക്ഷ അന്വേഷിച്ച് പൊലീസ് സ്റ്റേഷനിലേക്ക് അല്ല പോയത്; മറിച്ച് കാട്ടിലേക്കാണ്. അവർ അനുഭവം കൊണ്ട് മനസിലാക്കിയിട്ടുണ്ട്, പൊലീസ് സ്റ്റേഷൻ സുരക്ഷിതമല്ലെന്ന്. സാധാരണ ഗതിയിൽ പുലി, കടുവ, തുടങ്ങിയ മൃഗങ്ങളെ ഭയന്ന് ആരും കാട്ടിൽ പോകാൻ ധൈര്യപ്പെടാറില്ല. കാട്ടിലെ നരിയെക്കാളും പുലിയെക്കാളും നാട്ടിലെ പൊലീസ് സ്റ്റേഷനാണ് ഭയപ്പെടേണ്ടതെന്ന് ഒരു ജനതക്ക് തോന്നണമെങ്കിൽ അവിടുത്തെ പൊലീസിന്റെ സമീപനം എത്രത്തോളം ജനാധിപത്യ വിരുദ്ധമാകണം?

8

മാധ്യമങ്ങളിൽ സംഘപരിവാർബാധ

ജനങ്ങൾ വളരെ ഭീതിയിലാണ്. അവർ ഞങ്ങളുമായി സ്വന്തം വേദനകൾ പങ്കുവെച്ചു. ഞങ്ങൾ അവിടുത്തെ സമാധാന മാർച്ചിൽ പങ്കെടുത്തു. കേരളത്തിൽനിന്ന് പലരും ഒറീസയിൽ പോയിട്ടുണ്ട്. പക്ഷേ, അവർക്കാർക്കും ലഭിക്കാത്ത ഒരവസരം ഞങ്ങൾക്കു കിട്ടി. ഞങ്ങൾ എത്തിയ സമയം ഇതായതു കൊണ്ട് യാദൃച്ഛികമായിട്ടായിരുന്നു അത്. ഞങ്ങൾക്ക് പരിചയമില്ലാത്ത പ്രദേശത്ത്- ഫുൽബാനി, ടിക്കബൊാദി, റെയക്ക എന്നിവിടങ്ങളിലെല്ലാം-നൂറു കണക്കിന് ഒറിയക്കാർക്കൊപ്പം പ്രകടനം നടത്തി, ഞങ്ങൾ പു ക സാ പ്രവർത്തകരായ അഞ്ച് മലയാളികൾ. ഞങ്ങൾക്ക് ലഭിച്ച ഏറ്റവും വലിയ അനുഭവമായിരുന്നു ഇത്. മാർച്ചിൽ പങ്കെടുത്ത ഞങ്ങളോടുള്ള നാട്ടുകാരുടെ പ്രതികരണം ഇങ്ങനെയായിരുന്നു: "പീസ് മാർച്ചിന് നിങ്ങൾ വന്നു. വളരെ സന്തോഷം. മാർച്ച് ഇന്ന് അവസാനിക്കും. റിലീഫ് ക്യാമ്പുകൾ ഉണ്ട്. ഇതും സന്തോഷം. ഇത് എത്ര മാസമുണ്ടാകും. ഇത് കഴിഞ്ഞാൽ ഞങ്ങൾ എന്ത് ചെയ്യും?" വളരെ ഭീതിതരാണ് അവർ. യാതൊരു പ്രതീക്ഷയുമില്ല. കാരണം ഒറിയൻ സർക്കാർ ഈ അഭയാർഥി ക്യാമ്പിലെ മനുഷ്യരുടെ ജീവന് യാതൊരു സുരക്ഷിതത്വവും നൽകുന്നില്ല. കേന്ദ്രസർക്കാർ വേണ്ട വിധം ഇടപെടുന്നില്ല. ഒറീസയിലെ ജനാധിപത്യ മതേതര സംഘടനകൾ ബലഹീനമാണ്. ഈയൊരു പശ്ചാത്തലത്തിൽ ഞങ്ങൾ എന്ത് ചെയ്യുമെന്നാണ് നാട്ടുകാരുടെ ചോദ്യം. അച്ഛനമ്മമാർക്ക് മക്കൾ നഷ്ടപ്പെട്ടു. മക്കൾക്ക് അച്ഛനമ്മമാർ നഷ്ടപ്പെട്ടു; സഹോദരിമാർ നഷ്ടപ്പെട്ടു. നഷ്ടങ്ങളുടെ ലോകത്ത് നിന്നുള്ള നിലവിളിയാണ് എങ്ങും. ബാക്കിയാവുന്ന ഞങ്ങളുടെ ജീവിതത്തിന് എന്ത് ഉറപ്പാണ് ഉള്ളത്? അഞ്ചോ ആറോ മാസം റിലീഫ് ക്യാമ്പുകളുണ്ടാകും. ഇത് കഴിഞ്ഞ് തിരിച്ചു ചെല്ലാൻ കഴിയുമോ? ഒറീസയിൽ ഉടനീളം അല്ലെങ്കിൽ കന്ദമാൽ ജില്ലയിൽ ഉട

നീളം ഒരന്ത്യശാസനം സംഘ്പരിവാർ പുറപ്പെടുവിച്ചു കഴിഞ്ഞു. 'ഒന്നുകിൽ നിങ്ങൾ ഹിന്ദു ആകുക അല്ലെങ്കിൽ നിങ്ങൾ മരിക്കാൻ തയ്യാറാകുക.' ഇതാണ് അവിടുത്തെ മുദ്രാവാക്യം.

ഗുജറാത്ത് വംശഹത്യാകാലത്ത് പല ജില്ലകളിലും ഗ്രാമങ്ങളിലും 'ഹിന്ദു രാഷ്ട്രത്തിലേക്ക് സ്വാഗതം' എന്ന ബാനർ വലിച്ചുകെട്ടിയിരുന്നു. പക്ഷേ, ഒറീസയിൽ ഇത് കണ്ടില്ലെങ്കിലും ഈ ബാനറിന്റെ ഉള്ളടക്കമാണ് അക്ഷരാർഥത്തിൽ നടപ്പാക്കിക്കൊണ്ടിരിക്കുന്നത്. നിരവധി ചർച്ചുകൾ തകർക്കപ്പെടുകയും അവിടെയെല്ലാം കാവിക്കൊടികൾ പൊങ്ങുകയും ചെയ്തിട്ടുണ്ട്. ഒരു പ്രദേശത്തെ മുഴുവൻ വീടുകൾക്ക് മുകളിലും കാവിക്കൊടി ഉയർന്നത് ഞങ്ങൾ കണ്ടു. കന്യാസ്ത്രീകളും അച്ചന്മാരും പരസ്യമായി സംസാരിക്കാൻ പോലും ഭയപ്പെടുന്നു. ഒറീസക്ക് വേണ്ടി ലോകത്തിലുള്ള മനുഷ്യസ്നേഹികളുടെ ആകെ ശബ്ദമാണ് ഉയർന്നുവരേണ്ടത്.

സർക്കാർ നടത്തുന്ന റിലീഫ് ക്യാമ്പുകളിലുള്ളത് പരിമിതമായ സൗകര്യങ്ങൾ മാത്രം. ഓരോ ക്യാമ്പിലും പ്രാഥമിക ആവശ്യങ്ങൾക്കുള്ള സൗകര്യം തന്നെ പരിമിതം. ലഭിക്കുന്ന ഭക്ഷണം പരിമിതം. അതിന്റെയെല്ലാമപ്പുറം റിലീഫ് ക്യാമ്പുകൾ പോലും ആക്രമിക്കപ്പെടാം. ഭക്ഷണം, പ്രാഥമികാവശ്യങ്ങൾ എന്നിവയൊക്കെ ജീവകാരുണ്യ സംഘടനകൾക്കോ മനുഷ്യസ്നേഹികൾക്കോ സാമ്പത്തിക സഹായം നൽകി പരിഹരിക്കാൻ പറ്റും. പക്ഷേ, അവരുടെ ജീവിതത്തിന് സുരക്ഷിതത്വം നൽകാൻ ഒരു ജീവകാരുണ്യ സംഘടനക്കും കഴിയില്ല. അത് ഒറീസക്കകത്ത് തന്നെ വികസിച്ചുവരേണ്ട ഒരു ജനാധിപത്യ കാഴ്ചപ്പാടിന്റെ പ്രശ്നമാണ്. സംഘ്പരിവാറിന് മേൽക്കൈ ഉള്ളിടത്തോളം കാലം ഇത്തരമൊരു ജനാധിപത്യ കാഴ്ചപ്പാട് സാധാരണ ഗതിയിൽ വികസിച്ചു വരില്ല. പിന്നെ പ്രതീക്ഷ സർക്കാർ എടുക്കുന്ന കർക്കശമായ നിലപാടാണ്. കൊലവിളി നടത്തുന്ന ബജ്റംഗ്ദൾ– വി എച്ച് പി പ്രവർത്തകർക്ക് കുറ്റവാളികൾ എന്ന നിലയിൽ അർഹമായ ശിക്ഷ നൽകാൻ സർക്കാർ സന്നദ്ധമാകണം. പക്ഷേ, ഇതുവരെ അതുണ്ടായിട്ടില്ല. പിന്നെ ഒരു കാര്യം, സാർവദേശീയ സമ്മർദ്ദത്തിന്റെ ഫലമായി പ്രധാനമന്ത്രിക്ക് 'ഇത് ദേശീയ അപമാന'മാണെന്ന് പറയേണ്ടിവന്നു. പക്ഷേ, അങ്ങനെ ഒരു വാക്ക് ഉച്ചരിച്ചുവെന്നല്ലാതെ അതിന്റെ ഉള്ളടക്കത്തെ പ്രയോഗവൽക്കരിക്കാൻ പ്രധാനമന്ത്രിക്കോ കേന്ദ്രഭരണത്തിനോ കഴിഞ്ഞിട്ടില്ല.

പ്രധാന പ്രതിപക്ഷപാർട്ടി എന്ന നിലയിൽ ഒറീസയിൽ സജീവമായ സമാധാനം പുനഃസ്ഥാപിക്കുന്നതിൽ നേതൃപരമായ പങ്കു വഹിക്കേണ്ട കോൺഗ്രസ്, സംഘ്പരിവാറിന്റെ ബി ടീം ആയി മാറുകയാണോ എന്ന ആശങ്കയാണ് മതേതര വാദികളിൽ പലരും പങ്കുവെക്കുന്നത്. സംയുക്ത സമാധാന മാർച്ച് സംഘടിപ്പിക്കാനാണ് മതേതരവാദികൾ ശ്രമിച്ചത്. കോൺഗ്രസ് അതിൽ പങ്കെടുക്കുമെന്നറിയിച്ചു. അതനുസരിച്ചുള്ള നോട്ടീസുമിറക്കി. പക്ഷേ, മാർച്ചിൽ നിന്ന് അവർ വിട്ടുനിന്നു.

പിറ്റെ ദിവസം സ്വന്തമായി മാർച്ച് നടത്തുകയാണ് അവർ ചെയ്തത്. ഇത് സത്യത്തിൽ ആത്മഹത്യാപരമായിരുന്നു. കാരണം സംഘ്പരിവാർ ഒഴിച്ചുള്ള എല്ലാ രാഷ്ട്രീയ പാർട്ടികളുടെയും ഐക്യത്തോടെയുള്ള ഒരു പീസ്മാർച്ചാണ് മതേതരപാർട്ടികൾ ലക്ഷ്യം വെച്ചത്. അതിന് വേണ്ടിയാണ് അവർ നിരന്തരം ശ്രമിച്ചത്. അതുകൊണ്ടാണ് പീസ്മാർച്ച് വംശഹത്യ നടന്ന് ഏറെ ദിവസങ്ങൾ കഴിഞ്ഞ് നടത്തേണ്ടിവന്നത്. യോജിച്ച സമാധാന പ്രവർത്തനത്തിൽനിന്ന് എന്തുകൊണ്ടാണ് കോൺഗ്രസ് ഒഴിഞ്ഞുമാറുന്നത്? അടിസ്ഥാനപരമായി ഇതിന് ഒരു കാരണമേയുള്ളൂ. ക്രിസ്ത്യാനികൾ രണ്ടര ശതമാനമേയുള്ളൂ. ബാക്കി മറ്റു സാമൂഹിക വിഭാഗത്തിൽപ്പെട്ടവരാണ്. അതുകൊണ്ട് കോൺഗ്രസ് ഇത് ഒരു വോട്ടു ബാങ്ക് പ്രശ്നമായാണ് പരിഗണിക്കുന്നത്. മതേതര വാദികൾ ഇതിനെ ജനാധിപത്യത്തിന്റെ നിലനിൽപ്പിന്റെ പ്രശ്നമായാണ് കാണുന്നത്.

പ്രധാന പ്രതിപക്ഷമായ കോൺഗ്രസിന്റെ റോൾ സംശയാസ്പദമാണ്. അവർക്ക് ധീരമായ ഒരു നിലപാട് എടുക്കാൻ കഴിയുന്നില്ല. മനുഷ്യാവകാശ സ്ഥാപനങ്ങളുടെയും പുരോഗമന പ്രസ്ഥാനങ്ങളുടെയും സാന്നിധ്യം അവിടെയില്ലെന്നതാണ് മറ്റൊരു കാര്യം. അവിടുത്തെ രാഷ്ട്രീയ പാർട്ടികൾ തന്നെ ഇടപെടുന്നില്ല. ഒരു പീസ് മാർച്ച് നടത്തിയത് തന്നെ കഴിഞ്ഞ ആഴ്ചയാണ്. സമയത്ത് പീസ് മാർച്ച് സംഘടിപ്പിക്കാൻപോലും കഴിയാത്ത വിധം ബലഹീനരായിരുന്നു അവർ എന്നാണ് ഇതിന്റെ അർഥം.

ഞങ്ങൾ അവിടെ പത്രസമ്മേളനം നടത്താൻ തീരുമാനിച്ചു. ആറു ദിവസം എന്താണ് കണ്ടത്, അതേക്കുറിച്ച് മാധ്യമ പ്രവർത്തകരോട് സംസാരിക്കുകയായിരുന്നു ലക്ഷ്യം. ഇരുപതോളം പ്രസിദ്ധീകരണങ്ങളുടെ പ്രതിനിധികളുണ്ടായിരുന്നു.

ഞങ്ങൾ അനുഭവങ്ങൾ വിവരിച്ചുതുടങ്ങി. പക്ഷേ, വളരെ അസഹിഷ്ണുതയാണ് മാധ്യമ പ്രവർത്തകർ പലരും പ്രകടിപ്പിച്ചത്. പത്രപ്രവർത്തകൻ എന്ന തൊഴിൽപരമായുള്ള ധാർമികത മുഴുവൻ മറന്ന് സംഘ്പരിവാറിന്റെ അസൽ പ്രതിനിധികളായാണ് അവർ പെരുമാറിയത്. വളരെ രൂക്ഷമായാണ് അവർ പ്രതികരിച്ചതെന്ന് മാത്രമല്ല, ഞങ്ങൾ ഉയർത്തിയ വാദമുഖങ്ങൾക്ക് മുന്നിൽ നിവർന്ന് നിൽക്കാൻ കഴിയാതെ വന്നപ്പോൾ അവരിൽ രണ്ടുപേർ ഇറങ്ങിപ്പോവുകയും ചെയ്തു. ഇങ്ങനെയൊരു പത്രസമ്മേളന അനുഭവം ആദ്യമായിരുന്നു. വളരെ സംഘർഷഭരിതമായ പശ്ചാത്തലത്തിൽ പോലും ഇങ്ങനെയൊന്ന് കേരളത്തിൽ ഇതുവരെ അനുഭവിക്കേണ്ടിവന്നിട്ടില്ല.

കേരളത്തിലെ പല സ്ഥലങ്ങളിലും പു ക സ ക്കും സാഹിത്യ അക്കാദമിക്കും മറ്റു നിരവധി സംഘടനകൾക്കുമായി പത്രസമ്മേളനങ്ങളിൽ പങ്കെടുത്തിട്ടുണ്ട്. പക്ഷേ, ഇങ്ങനെയൊരനുഭവം ജീവിതത്തിൽ ആദ്യമായിരുന്നു. ഇത് ഷോക്കിംഗാണ്. ഇത് മനസിലാക്കിത്തരുന്നത് ഒറീസയിലെ മാധ്യമങ്ങൾ സംഘ്പരിവാർ നടത്തുന്ന വംശഹത്യക്ക് പിന്തുണ

നൽകുന്നുവെന്നതാണ്. ഗുജറാത്തിലും ഇതാണ് സംഭവിച്ചത്. അവ വംശഹത്യക്ക് കൂട്ടുനിന്നുവെന്ന് മാത്രമല്ല അതിനെ പ്രോത്സാഹിപ്പിച്ചുവെന്ന് കൂടി പ്രസ് കൗൺസിൽ ചൂണ്ടിക്കാണിച്ചിട്ടുണ്ട്.

ഒറീസയ്ക്ക് അകത്ത് ഉണ്ടാകുന്ന പ്രതികരണങ്ങളിൽ നിന്ന് ഒറീസയിലെ പീഡിതർക്ക് രക്ഷകിട്ടുമെന്ന് പ്രതീക്ഷിക്കാൻ വയ്യ. മറിച്ച് ഒറീസയ്ക്ക് പുറത്ത് ലോക വ്യാപകമായി ഉയരേണ്ട ഒരു പ്രതികരണവും പ്രതിഷേധവുമാണ് അവർക്ക് പരിമിതമായെങ്കിലും ഒരാശ്വാസം പകരാൻ പോകുന്നത്. അവിടുത്തെ മാധ്യമങ്ങൾ വളരെ സങ്കുചിതമാണ്. ഒറിയൻ ഭാഷാ മാധ്യമങ്ങൾ വളരെ ജനാധിപത്യ വിരുദ്ധമാണ്. ഒന്നോ രണ്ടോ പത്രങ്ങൾ മാത്രമാണിതിന് അപവാദം. അവർ രോഷാകുലരായി ഞങ്ങളോട് ചോദിച്ചത്, മതം മാറിയാൽ പിന്നെ എങ്ങനെ പാരമ്പര്യവും സംസ്കാരവും നിലനിൽക്കുമെന്നാണ്. ഞങ്ങൾ അവരോട് തിരിച്ച് ചോദിച്ചത്, അങ്ങനെയാണെങ്കിൽ അവിടുത്തെ ആദിവാസികളുടെ മതം സർവേശ്വര വാദം എന്ന മതമല്ലേ എന്നായിരുന്നു.

കാണുന്ന അരുവിയും മലയും മരവും എല്ലാം പൂജിക്കുന്ന മതം. അവർ ക്രിസ്ത്യാനികളോ ഹിന്ദുക്കളോ ആയിരുന്നില്ല. അവരെ ആരാണ് ഹിന്ദുക്കളാക്കിയത്? അവർ ഹിന്ദുക്കൾ ആണെന്ന് ആരാണ് പറഞ്ഞത്? അവർ കാലികളെ പോലെ ചന്തയിൽ വിൽക്കപ്പെടുന്ന കാലത്ത് ഏത് മതമാണ് അവർക്ക് തണലായത്?

9

ഒറീസയിൽ കാടുകളില്ലായിരുന്നെങ്കിൽ?

ലക്ഷ്മണാനന്ദ സരസ്വതിയെ വെടിവെച്ചുകൊന്നവരെ പിടിച്ചുകെട്ടി ശിക്ഷിക്കുന്നതിനുപകരം അതുമായി ഒരുവിധ ബന്ധവുമില്ലാത്ത ഒരു ജനസമൂഹത്തെയാകെ കൊന്നു കുഴിച്ചുമൂടാൻ ഓടിനടക്കുന്ന സംഘപരിവാർ ശക്തികൾക്കുമുമ്പിൽ നിയമവ്യവസ്ഥ ഈ വിധം സ്തംഭിച്ചു നിന്നാൽ എങ്ങിനെ ഒറീസയിൽ സ്വസ്ഥജീവിതം സാധ്യമാകും?

മുൻപ് മഹർഷിമാർ കാടുകളിലേക്കു പോയത് മോക്ഷത്തിലേക്കുള്ള പാതകൾ തിരക്കിയായിരുന്നു. അന്നവർ സ്വന്തം ജീവിതത്തിനു മുകളിലാണു തീ കോരിയിട്ടത്. തപസ് സ്വയം തപിച്ച് വിശുദ്ധമായി മാറുന്നതിന്റെ തത്വചിന്തയായിത്തീർന്നത് അങ്ങനെയാണ്. എന്നാലിന്ന് ഒറീസയിലെ കാടുകൾ അപ്രഖ്യാപിതമായ അഭയാർഥിക്യാമ്പുകളായി മാറുകയാണ്. പീഡിതരായ ഒരു ജനത അവിടെനിന്നും ചങ്കുപൊട്ടി കരയുകയാണ്. കാടിന്റെ മഹാമൗനങ്ങളൊക്കെയും മുറിച്ചുകടന്ന് നിങ്ങളിതൊക്കെയും കാണുന്നില്ലേ മനുഷ്യന്മാരെ എന്നാണവർ ഇടനെഞ്ചു പൊട്ടി ചോദിക്കുന്നത്.

ആരാലും തിരിഞ്ഞു നോക്കാനില്ലാത്ത ആദിവാസി സമൂഹങ്ങളിൽ ഒരിത്തിരി സഹായം ചെയ്യാൻ ശ്രമിച്ചതാണോ ഞങ്ങൾ ചെയ്ത തെറ്റന്നാണവർ ഹൃദയം പൊട്ടി വിളിച്ചു ചോദിക്കുന്നത്.

നാട്ടുകാർക്കും, പോലീസ് സ്റ്റേഷനുകൾക്കുമിടയിൽ നീതി കിട്ടാത്തതുകൊണ്ട്, ഒരു ജനസമൂഹം കാട്ടിൽ കഴിഞ്ഞുകൂടേണ്ടിവരുന്നത് ഒരു ജനാധിപത്യ സമൂഹത്തിനും അഭിമാനകരമല്ല. ഒറീസയിലെ കാടുകൾ, മനുഷ്യത്വത്തിന്റെ ചോര കിനിയുന്ന ഇതിഹാസമാകാൻ പോകുന്നത് ചില മനുഷ്യരേക്കാൾ വന്യജന്തുക്കൾ സംസ്കാര സമ്പന്നരായിത്തീരുന്ന ഒറീസയിലെ പുതിയ പശ്ചാത്തലത്തിലാണ്.

മനുഷ്യമാംസം പച്ചയ്ക്ക് കടിച്ചുതിന്നുന്ന പുലിയേയും നരിയേയും പേടിക്കാതെ കലാപകാലങ്ങളിലെങ്കിലും മനുഷ്യജീവിതത്തിനു സംരക്ഷണം നൽകുമെന്നു പ്രഖ്യാപിക്കപ്പെടുന്ന സർക്കാർ സ്ഥാപനങ്ങളൊന്നും പരിഗണിക്കാതെ പീഡിതരായ ഒരു ജനത കാട്ടിയിലേക്ക് ഓരോ ദിവസവും കുതിക്കുമ്പോൾ ഭരണം എന്നതിന് എന്തർഥമെന്ന് ഓരോ പൗരനും ചോദിക്കണം. ലക്ഷ്മണനന്ദ സരസ്വതിയെ വെടിവെച്ചുകൊന്നവരെ പിടിച്ചുകെട്ടി ശിക്ഷിക്കന്നതിനു പകരം അതുമായി ഒരു വിധബന്ധവുമില്ലാത്ത ഒരു ജനസമൂഹത്തെയാകെ കൊന്നു കുഴിച്ചുമൂടാൻ ഓടിനടക്കുന്ന സംഘപരിവാർ ശക്തികൾക്കുമുമ്പിൽ നിയമവ്യവസ്ഥ ഈവിധം സ്തംഭിച്ചുനിന്നാൽ എങ്ങനെ ഒറീസയിൽ സ്വസ്ഥജീവിതം സാധ്യമാകും?

ഓടിയൊളിക്കാൻ കാടുകളില്ലായിരുന്നെങ്കിൽ ഏറ്റവും ചുരുങ്ങിയത് ഒറീസയിലെ ഒരു ഗ്രാമമെങ്കിലും മൃതദേഹങ്ങൾകൊണ്ട് മൂടപ്പെടുമായിരുന്നു. നീരൊഴുക്ക് വർധിപ്പിക്കാനെന്നപോലെ കലാപകാലത്ത് ചോരയൊഴുക്ക് കുറയ്ക്കാനും ഞങ്ങളെകൊണ്ടാകുമെന്ന് ഒറീസയിലെ കാടുകൾ നാളെസ്വന്തം ജീവചരിത്രമെഴുതുമ്പോൾ സ്വന്തം ജീവിത പുസ്തകത്തിൽ കുറിച്ചിടുമായിരിക്കും. അന്ന് പുലിക്കുട്ടികൾക്കൊപ്പം മാൻകുട്ടിയും കളിച്ചുനടന്ന മഹർഷിമാർ പാർത്ത പഴയ പർണശാലകളുടെ അസ്ഥികൾപോലും ഇതുപോലുള്ള ക്രൂരതകൾക്കെതിരേയുള്ള ആയുധങ്ങളായി മാറുമായിരിക്കും.

ഗോമാംസം കഴിക്കാൻ പാടില്ല. മതം മാറാൻ പാടില്ല. ക്രിസ്മസ് ആഘോഷിക്കാൻ പാടില്ല എന്ന് ആർത്തുവിളിച്ച് ആടിയും പാടിയും നടക്കാൻ അങ്ങിനെ വിശ്വസിക്കുന്നവർക്കൊക്കെയും അവകാശമുണ്ട്. എന്നാൽ ആ വിശ്വാസം അങ്ങിനെ വിശ്വസിക്കാത്തവരുടെമേൽ ത്രിശൂലമായി തുളഞ്ഞുകയറുമ്പാൾ ബോംബായി വന്നു പൊട്ടുമ്പോൾ ജനാധിപത്യം തന്നെയാണ് കൊലചെയ്യപ്പെടുന്നത്. മാലാപാഡയിലെ ഗോത്രവർഗ്ഗക്കാർക്കു ഗോമാംസം തിന്നാൻ, വിശ്വഹിന്ദു പരിഷത്തിന്റെയോ 'മതപരിവർത്തന വിരുദ്ധ സമിതി'യുടേയോ സമ്മതപത്രം ആവശ്യമില്ല. ഓരോരുത്തരുടേയും അടുക്കള അരിച്ചുപെറുക്കി പരിശോധിക്കാൻ ഇന്ത്യൻ സർക്കാർ പ്രത്യേകിച്ച് ഒരു പാർട്ടിയേയും ചുമതലപ്പെടുത്തീയിട്ടില്ല,

ഇന്നിന്ന ജന്തുവിനെ തിന്നുരുതെന്നല്ല, ഒരു ജന്തുവിന്റെ പേരിലും, പരസ്പരം കൊല്ലരുത് എന്നാണ് ജനാധിപത്യം അനുശാസിക്കുന്നത്. എന്നാൽ സംഘപരിവാർ മാത്രം പശുവിന്റെ പേരിൽ ആളെകൊല്ലുകയാണ്. ഒരു ജന്തുവിനെ ഭക്ഷിക്കാനുള്ള ആരാധിക്കാനുള്ള ഒരു ജനവിഭാഗത്തിന്റെ അവകാശവും ഒരു ജന്തുവിനെ വേറൊരു ജനവിഭാഗത്തിന്റെ അവകാശവും തമ്മിൽ എന്തിന് ഏറ്റുമുട്ടണം?

ഇന്ത്യയിൽ ഇതുവരെ പൂച്ചയിറച്ചിയുടെയും മുയൽ ഇറച്ചിയുടെയും

പന്നിയിറച്ചിയുടെയും പേരിൽ ആരും ഏറ്റുമുട്ടിയതായി അറിയില്ല. ഗോവധ നിരോധന പ്രസ്ഥാനം പോലെ ഒരു 'പന്നിവധ' നിരോധന പ്രസാഥാനം പിറന്നതായും ശ്രദ്ധയിൽപ്പെട്ടിട്ടില്ല. തിന്നുന്നവർക്ക് തിന്നാം അല്ലാത്തവർ തിന്നണ്ട. എന്നാൽ സംഘപരിവാർ മാത്രം മതേതര ഇന്ത്യയിൽ ഇതു സമ്മതിക്കുകയില്ല. അത്തരമൊരു പശ്ചാത്തലത്തിലാണ് 'കാളനാവാമെങ്കിൽ കാളയുമാവാമെന്ന്' ഞാനെഴുതിയത്. ഭക്ഷണത്തിലെ ജനാധിപത്യം സംരക്ഷിക്കുക എന്ന മുദ്രാവാക്യം ഉച്ചത്തിൽ ആവർത്തിക്കേണ്ട ഒരു സന്ദർഭമായിരുന്നു അത്. ഗുജറാത്തിലെ വംശഹത്യാനന്തര പശ്ചാത്തലത്തിൽ സൗരാഷ്ട്രയിലെ ഒരനുഭവം ദീർഘകാലമായി അവിടെ സ്ഥിരതാമസമാക്കിയ ഒരാൾ പങ്കുവെച്ചുകൊണ്ട് 'രണ്ടു രൂപയുടെ മത്തിവറുക്കാൻ അഞ്ചുരൂപയുടെ ചന്ദനത്തിരി' കത്തിക്കേണ്ടിവരുന്ന ദുരവസ്ഥയുടെ തുടർച്ചയിൽ നിന്നാണ് 'കാളൻ/കാള' 'ഇരട്ട'കളെക്കുറിച്ച് ഞാൻ പരാമർശിച്ചത് അതു കേട്ടമാത്രയിൽ സ്കാനിങ്ങും എക്സ്റേയുമൊന്നും കൂടാതെതന്നെ പലരുടേയും 'ഉള്ളം' പുറത്തുചാടിയത് എത്ര പെട്ടെന്നായിരുന്നു. ഇന്നും 'ഓളിയിടൽ' ഒതുങ്ങിയിട്ടില്ല.

പുറത്തുവരുന്നത് ഓറീസയിലെ ഗോത്രവർഗ്ഗക്കാർ അവർക്കിഷ്ടമുള്ളത് തിന്നട്ടെ എന്നാണ്. അവർക്ക് ആവശ്യത്തിന് ഭക്ഷണം എത്തിക്കുന്ന കാര്യത്തിൽ മിഷനറിമാരോട് മത്സരിക്കുന്നതിന് പകരം ആവശ്യത്തിന് ഭക്ഷണംപോലും കിട്ടാത്ത അവരോട് 'ഇത് തിന്നരുത്, അത് തിന്നരുത്' എന്ന മാഞ്ഞാലം പറയുന്നതിലാണ് സംഘപരിവാർ വ്യാപൃതരായിരിക്കുന്നത്!

മത പരിവർത്തനം സൂക്ഷ്മാർത്ഥത്തിൽ, മത പ്രശ്നമെന്നതിലധികം ഒരു പൗരാവകാശ പ്രശ്നമാണ്. ആർക്കും സ്വന്തം മതം സ്വീകരിക്കാനെന്നപോലെ തള്ളിക്കളയാനും അവകാശമുണ്ട്. 'ഇത്രയാൾ ഞങ്ങൾക്കു കൂടി, ഇത്രയാൾ ഞങ്ങൾക്കു കുറഞ്ഞു' എന്ന മട്ടിൽ മതപരിവർത്തനത്തെ ചുരുക്കുന്നവർ, വ്യക്തിയുടെ മതം തെരഞ്ഞെടുക്കാനുള്ള സ്വാതന്ത്ര്യത്തെയാണ് പരിഹസിക്കുന്നത്. സംഘപരിവാർ ജന്മം നൽകിയ 'മതപരിവർത്തനവിരുദ്ധവേദി' മതപ്പേടിയുടേയും പൗരാവകാശപ്പേടിയുടെയും സംയുക്തമാണ്. പുറത്താക്കാനല്ലാതെ ഉൾക്കൊള്ളാൻ കഴിയാത്ത സവർണപ്രത്യയശാസ്ത്രത്തിന്റെ സങ്കുചിതത്വത്തെ ആദർശവൽക്കരിക്കാനുള്ള സാഹസിക ശ്രമം കിഴിച്ചാൽ അതിൽ പിന്നെ ബാക്കിയുള്ളത്, അക്രമാസക്തമായ അസഹിഷ്ണുതയാണ്.

സംഘപരിവാർ സൃഷ്ടിച്ച ഭീകരതകൾക്കിടയിൽ വിറങ്ങലിച്ചു നിൽക്കുന്ന ഒറീസയിലെ പീഡിതരായ മനുഷ്യർ, കണ്ണീരിനിടയിലും കാതോർക്കുന്നത്, മനുഷ്യത്വത്തിന്റെ കാലൊച്ചയാണ്. സർവ്വഅഭിപ്രായ വ്യത്യാസങ്ങൾക്കുമപ്പുറം എന്തുവന്നാലും ഞങ്ങൾ മനുഷ്യത്വത്തിനു കാവൽ നിൽക്കുമെന്ന് പ്രഖ്യാപിക്കുന്ന ഒരു 'ചലോ ഒറീസ' പ്രസ്ഥാനമാണ് ഇപ്പോൾ ഇന്ത്യയിൽ അനിവാര്യമാകുന്നത്.

കത്തിച്ചാരമായവരുടേയും ഇപ്പോഴും മുറിവേറ്റു പിടയുന്നവരുടേയും ഇടയിൽനിന്ന് 'പ്രത്യക്ഷ ആക്രമണമാണോ പരോക്ഷ ആക്രമണമാണോ' കൂടുതൽ ഭീകരമെന്ന തർക്കിക്കാനുള്ള വിവേകമെങ്കിലും നമുക്കുയർത്തിപ്പിടിക്കാൻ കഴിയണം. സർവമതത്തിലുംപെട്ട ഈശ്വരവിശ്വാസികളും ഒരു മതത്തിലും പെടാത്ത ഈശ്വരവിശ്വാസമില്ലാത്തവരും ഒന്നിച്ചുചേർന്ന് മനുഷ്യത്വത്തിന്റെ കുഴിമാടങ്ങളിൽ ഒരു തുള്ളി കണ്ണീർ വീഴ്ത്തുന്ന നേരങ്ങളിലെങ്കിലും, നമുക്കൊരുമിച്ചു നിൽക്കാൻ കഴിയണം.

10

ആ കാവിക്കൊടി ആരഴിച്ചുമാറ്റും?

ജർമനിയിൽ നിന്ന് തിരിച്ചുവരുന്ന യാത്രക്കാരനോട് ചോദിച്ചു, ആരാണ് അവിടെ ഭരിക്കുന്നത്?

ജർമനി ഇന്ന് ഭരിക്കുന്നത് ഹിറ്റ്ലറല്ല ഭയമാണ് എന്നായിരുന്നു അയാളുടെ മറുപടി(ബ്രെഹ്ത്). ഹിറ്റ്ലറുടെ നാസിസവും ഫാസിസവും ഭീകരതാണ്ഡവമാടിയ ജർമനിയുടെ അതേയവസ്ഥയിലാണിന്ന് ഒറീസ. ഒറീസയെ ഇന്ന് ഭരിക്കുന്നത് ഭയമാണ്. പരിചയപ്പെടുന്നയാളുകൾ മതം മറച്ചുവെയ്ക്കുകയല്ല തങ്ങൾ ഹിന്ദുവാണെന്ന് തെളിയിക്കാൻ വ്യഗ്രതപ്പെടുകയാണ്. ഭുവനേശ്വറിൽ തീവണ്ടിയിറങ്ങിയത് മുതൽ ഞങ്ങളും ഞങ്ങളും ഹിന്ദുക്കൾ എന്നത് പ്രദർശിപ്പിക്കാനും പരസ്യപ്പെടുത്താനും മൽസരിക്കുന്ന ഒരു ജനതയെയാണ് ഞങ്ങൾ കണ്ടത്. ക്രിസ്ത്യാനികളായ ഡ്രൈവറും തൊഴിലാളിയും കച്ചവടക്കാരനുമെല്ലാം ഹിന്ദുവായി മാറുന്നത് ബോധ്യമായിട്ടുണ്ട്. യഥാർഥത്തിൽ തങ്ങളെന്താണോ അത് പ്രകടിപ്പിക്കാനാവാത്ത ആത്മബോധത്തിൻെറ വിങ്ങൽ, ഒരു ജനതയുടെ ആത്മബോധത്തിലുണ്ടാക്കുന്ന ശൈഥില്യത്തിന് ഏറ്റവും നല്ല സാക്ഷ്യമാണ് ഒറീസയിലെ ക്രിസ്ത്യാനികൾ. എന്തല്ല എന്തല്ല എന്നഭിനയിക്കാൻ അവർ നിർബന്ധിതരാകുന്ന അവസ്ഥ. അഥവാ ഹിന്ദുക്കളായഭിനയിക്കേണ്ടിവരുന്ന ക്രിസ്തീയവിശ്വാസികളുടെ ആത്മസമഘർഷം, ഇത് യാത്രയിലുടനീളം കണ്ട അസ്വസ്ഥജനകമായ കാഴ്ചയാണ്.

ഹിന്ദുക്കളായഭിനയിക്കേണ്ടിവരുന്ന ക്രിസ്ത്യാനികളുടെ ദേശമായി ഒറീസ മാറിയിരിക്കയാണ്. ഭുവനേശ്വറിലിറങ്ങിയപ്പോൾ പാറിക്കളിക്കുന്ന ചെങ്കൊടിയായിരുന്നു ഒരു മനുഷ്യൻ ഞങ്ങളെ ആദ്യം സ്വാഗതം ചെയ്തത്. ഒറ്റയ്ക്കൊരു ചെങ്കൊടിയുമായി നിൽക്കുന്നു. സംഘപരിവാരത്തിന്റെ നഗരിയിലങ്ങനെയൊരു കാഴ്ച കണ്ടത് ഞങ്ങളെ ശരിക്കും ആവേശഭരിതരാക്കി. കൃഷക് സംഘം (കർഷക സംഘം) സംസ്ഥാന

സെക്രട്ടറിയും സി പി ഐ എം സംസ്ഥാന കമ്മിറ്റി അംഗവുമായ അഭിറാം ബെഹ്റയായിരുന്നു കൂറ്റൻ ചെങ്കൊടിയുമായി ഞങ്ങളെ വരവേൽക്കാൻ സ്റ്റേഷനടുത്ത് കാത്തിരുന്നത്. യാത്രയിലുടനീളം ഞങ്ങൾക്ക് സഹായിയും സഖാവുമായി ഈ കമ്യൂണിസ്റ്റുകാരനുണ്ടായിരുന്നു.

ഒറീസയുടെ മണ്ണിൽ കാലെടുത്തുവെച്ചപ്പോൾ ലഭിച്ച ആവേശം യാത്രയവസാനിച്ചപ്പോൾ ആശങ്കയായി മാറിയെന്നത് മറച്ചുവയ്ക്കാനാവില്ല. സംഘപരിവാരത്തിന്റെ ഭീകരതയെ ഗുജറാത്തിനു ശേഷവും തിരിച്ചറിയാത്ത ഇന്ത്യൻ രാഷ്ട്രീയ- ജനാധിപത്യ സമൂഹം ഒറീസകളുണ്ടാകുമ്പോൾ അനുശോചനവും പ്രതിഷേധവുമറിയിച്ച് പിരിഞ്ഞുപോവുക മാത്രം ചെയ്താൽ സംഘപരിവാരത്തിൻെറ കുരുതികൾ ഒടുങ്ങുകയില്ലെന്നാണ് ഒറീസ ഞങ്ങളോട് വിളിച്ചുപറഞ്ഞത്. ഭീകരമായ പീഡാനുഭവങ്ങൾ നേരിട്ട ഒരു ജനതയുടെ വിറങ്ങലിച്ച ചിത്രമാണ് ഉള്ളിൽ നിറഞ്ഞുനിൽക്കുന്നത്.

അക്രമത്തിൻെറയും ഭീകരതയുടെയും കേന്ദ്രമായ കന്ദമാൽ ജില്ലയിൽ റെയ്ക്കയിലെ സെൻറ് കാതറീൻ ഹൈസ്കൂളും മഠവും സന്ദർശിച്ചപ്പോഴിത്തരുണത്തിലുണ്ടായ അനുഭവം വല്ലാത്ത അസ്വസ്ഥതയുണ്ടാക്കി. ഞങ്ങളുടെ കൂടെയുണ്ടായിരുന്ന ഒറിയക്കാരനെ കണ്ട് മഠത്തിലെ സിസ്റ്റർ സംസാരിക്കാൻ മടിച്ചു. ഒടുവിലവർ തുറന്നു പറഞ്ഞു. “ഈ ഒറിയക്കാരനായ മനുഷ്യനെ ഞങ്ങൾക്ക് വിശ്വാസമില്ല.” എന്നാലിത് സംഘപരിവാറുകാരോട് വിട്ടുവീഴ്ചയില്ലാതെ പൊരുതുന്ന മതനിരപേക്ഷ കാഴ്ചപ്പാടുള്ള മനുഷ്യസ്നേഹിയാണെന്ന് ഞങ്ങൾ വ്യക്തമാക്കിയപ്പോൾ മറുപടിയായവർക്ക് പറയാനുണ്ടായിരുന്നത് അനുഭവങ്ങളാണ്.

തങ്ങളുടെ വിദ്യാലയങ്ങളിൽ സീറ്റുറപ്പാക്കാൻ കാലുപിടിച്ചു യാചിച്ചവർ, അവരടക്കം മുഖംമൂടി ധരിച്ചും അല്ലാതെയും മഠവും പള്ളിയും തകർത്തവരിലുണ്ടായിരുന്നു എന്നാണവർ വേദനയോടെ പറഞ്ഞത്. ഒറിയക്കാരനായ ഹിന്ദുവിനെ വിശ്വസിക്കാനാവാത്ത സംഘർഷമാണിന്ന് അവരെ ഭരിക്കുന്നത്. കന്ദമാൽ, റെയ്ക്ക, ടിക്കാബലി എന്നിങ്ങനെ സംഘപരിവാര ഭീകരത നടന്ന പല സ്ഥലങ്ങളും ഞങ്ങൾ സന്ദർശിച്ചിരുന്നു. അതിൽ മറക്കാനാവാത്ത ഒരു കാഴ്ചയുണ്ട്. ടിക്കാബിലിയിലെ പള്ളിയിൽ കുരിശ് തകർത്ത് മാറ്റി അവിടെ കാവിക്കൊടി നാട്ടിയിരിക്കുന്നു. ക്രൈസ്തവ വേട്ടയും ഭീകരതയുമവസാനിച്ചെന്ന് കേന്ദ്രസർക്കാരും സംസ്ഥാന ഭരണകൂടവും അവകാശപ്പെടുമ്പോഴാണ് ഈ ദേവാലയത്തിൽ ഭീതിപരത്തി കാവിക്കൊടി ഇപ്പോഴും പാറുന്നത്. ആഗസ്ത് 25 ന് നാട്ടിയ ആ പതാക അഴിച്ചുമാറ്റാൻ ഇന്നുമൊരു കയ്യുമുയർന്നിട്ടില്ല. നമ്മുടെ മതേതരത്വത്തിൻെറ നിസ്സഹായതയുടെ കൊടിയടയാളമായാണ് ക്രൈസ്തവ ദേവാലയത്തിലെ കാവിപതാക. ഗുജറാത്തിൽ വളരെ വലിയ ഭീകരതയാണ് നടമാടിയതെങ്കിലും പരിമിതമായ ചെറുത്തുനിൽപുണ്ടായി. എന്നാൽ ഒറീസയിൽ അതുണ്ടായില്ല. ആഗസ്ത് 23-നാരംഭി

ച്ച ക്രൈസ്തവ വേട്ടക്കെതിരായ പ്രതികരണമായി അവിടെയൊരു സമാധാനറാലിപോലും നടത്താനായില്ല. സെപ്തംബർ 11–നായിരുന്നു റാലി നടന്നത്. സമാധാന റാലിയിൽ പങ്കാളികളാകാനായത്, ഞങ്ങളുടെ പ്രതിനിധി സംഘത്തിന് ഏറെ അഭിമാനവും ആഹ്ലാദവും പകർന്ന സംഭവമാണ്. ഒറീസയിൽ ചെറിയൊരു പാർട്ടിയാണെങ്കിലും സി പി ഐ എമ്മിൻെറ നേതൃത്വത്തിലായിരുന്നു റാലിയുടെ സംഘാടനം. ബി ജെ പി ഒഴിച്ചുള്ള എല്ലാ പാർട്ടികളെയും അണിനിരത്തി റാലി സംഘടിപ്പിക്കാനായിരുന്നു ശ്രമിച്ചതെന്ന് പാർട്ടി സംസ്ഥാന സെക്രട്ടറി ജനാർദന പതി ഞങ്ങളോട് പറഞ്ഞു. എന്നാൽ കോൺഗ്രസ് പതിവ് പോലെ മതനിരപേക്ഷ കൂട്ടായ്മയെ വഞ്ചിച്ചു. ആർ എസ് എസിനെ യോജിച്ചെതിർക്കാനുള്ള ഭയം മൂലമാണവർ വിട്ടുനിന്നത്. ഭരണകക്ഷിയായ ബി ജെ ഡി, സി പി ഐ, എൻ സി പി, എസ് യു സി ഐ എന്നിവരെല്ലാം റാലിയിലണിനിരന്നു. പരിചയമില്ലാത്ത ഭാഷയും പരിചയമില്ലാത്ത ഭൂപ്രദേശവുമായിരുന്നെങ്കിലും വല്ലാത്ത ഒരാവേശമാണ് റാലി സമ്മാനിച്ചത്. സംഘപരിവാരത്തിൻെറ കോട്ടയിൽ അവരെ തുറന്നെതിർത്ത് നടന്ന പ്രകടനത്തിൽ അണിനിരക്കാനായത് ആഹ്ലാദകരമായ അനുഭവമാണ്. നമ്മൾ നമ്മൾ മനുഷ്യസോദരർ, നമ്മളെല്ലാമൊന്നാണ് എന്നീ മുദ്രാവാക്യങ്ങൾ റാലിയിൽ ഉയർന്നു.

ജന്മനാട്ടിലഭയാർഥികളായ ഒരു ജനതയായാണ് ഒറീസയിൽ ക്രൈസ്തവരുടെ ജീവിതം. ക്യാമ്പുകളിൽ പലതിലും അടിസ്ഥാന സൗകര്യങ്ങളൊന്നുമില്ലാതെ സ്ത്രീകളും കുഞ്ഞുങ്ങളും അനുഭവിക്കുന്ന കഷ്ടപ്പാട് ദയനീയമാണ്. സമാധാന റാലിക്ക് ശേഷം അടുത്ത ദിവസമാണ് കാതറീൻ മഠത്തിൽ ഞങ്ങളെത്തിയത്. അവിടുത്തെ സിസ്റ്റർ പറഞ്ഞ വാക്കുകൾ ഭീതിയും ആശങ്കയുമെല്ലാം പ്രതിഫലിപ്പിക്കുന്നതായിരുന്നു. "മാർച്ച് നന്നായി. നിങ്ങൾ നാളെ തിരിച്ച് പോകും. പിന്നെ ഞങ്ങൾക്കെന്ത് സമാധാനം. ഞങ്ങളുടെ കൂടെയുണ്ടായിരുന്ന പുരുഷൻ കടലുണ്ടിയും മറ്റും ഇതെല്ലാം ചിത്രീകരിക്കുന്നത് കണ്ടപ്പോൾ ഏറെ ഭീതിയോടെ അവർ മഠത്തിനകത്തേക്ക് പോയി. എന്നിട്ട് ഞങ്ങളോട് പറഞ്ഞു:

"നിങ്ങൾ ഞങ്ങളുടെ ശബ്ദം കൊടുത്തോളൂ. ദയവ് ചെയ്ത് ചിത്രവും ശരിയായ പേരും പുറത്തുപറയരുത്."

ഒറീസയിൽ നിന്ന് പതിനായിരക്കണക്കിന് കിലോമീറ്ററകലെയുള്ള കേരളത്തിൽ ഒരു വീഡിയോ പ്രദർശനത്തിൽ തങ്ങളുടെ ചിത്രം കാണിക്കുന്നത് പോലും ഭയക്കുന്ന വിധത്തിൽ ഭീതിയിലാണിവരുടെ ജീവിതം. സമീപത്തുകാണുന്നയാൾ, യാത്രക്കാരൻ, ആരാണ് ഒറ്റുകാരനെന്ന ഭയത്തിലാണവർ. സമാധാന റാലി നടന്ന അന്നു തന്നെ കേരളത്തിൽ നിന്നെത്തിയ സാംസ്കാരിക പ്രവർത്തകരെന്ന നിലയിൽ തെലുങ്ക് ടി വി ചാനലായ ഈ ടി വി ഞങ്ങളുമായി അഭിമുഖം നടത്തിയിരുന്നു. അടുത്ത ദിവസം റെയ്ക്കയിൽ നടന്നുപോകവെ രണ്ട് കന്യാസ്ത്രീകൾ

കണ്ടു. അവർ പറഞ്ഞു, ഞങ്ങൾ കോട്ടയംകാരാണ്. നിങ്ങളെ കണ്ടതിൽ സന്തോഷമുണ്ട്. നിങ്ങൾ ധീരമായി സംസാരിച്ചു, ഇത്രയും പറഞ്ഞയുടൻ അവർ ഭീതിയോടെ കണ്ണുകളാൽ ചുറ്റിലും പരതുകയായിരുന്നു. എന്നിട്ടവർ പറഞ്ഞു. ഇവിടെ നിന്ന് സംസാരിക്കാനാകില്ല. നിങ്ങൾ പള്ളിയിലേക്ക് വരൂ. 30 വർഷമായി പ്രവർത്തിക്കുന്ന ഈ സഹോദരിമാരും ഭയത്തിന്റെ തടങ്കലിൽ തന്നെ. താമസിക്കുന്ന ലക്ഷ്മിലോഡ്ജിൽ വെച്ചും ഇതുപോലെ സമാനാനുഭവമുണ്ടായി. ലോഡ്ജിനടുത്ത് നിൽക്കവെ ഒരാൾ വന്ന് കൈപിടിച്ചഭിവാദ്യംചെയ്ത് പതുക്കെ പറഞ്ഞു, ഞാനൊരു ക്രിസ്ത്യനാണ്, സ്കൂൾ അധ്യാപകനാണ്. ടി വി യിൽ കണ്ടതിനാലാണ് നിങ്ങളോട് സംസാരിക്കുന്നത്. എങ്കിലും ഭയപ്പാടായിരുന്നു ആ മനുഷ്യനെയും ഭരിച്ചിരുന്ന വികാരം. അവർ പ്രതീക്ഷിക്കുന്ന സഹായം, പിന്തുണ ഇതൊന്നും അവർക്ക് കിട്ടുന്നില്ല. രാഷ്ട്രീയ കക്ഷികൾ, ഭരണകൂടം, ഒന്നും ഈ നിരാലംബർക്ക് തുണയേകാനെത്തുന്നില്ല. എല്ലാം നഷ്ടമായി കഴിയുന്ന ഒരു പാവം ഒറിയക്കാരനുമായും പരിചയപ്പെട്ടു. പെരുമ്പാവൂരിൽ പ്ലൈവുഡ് ഫാക്ടറിയിൽ ജോലിചെയ്യുന്ന അമൂസ് എന്ന ചെറുപ്പക്കാരൻ. കേരളത്തെപ്പറ്റി അഭിമാനിക്കുന്ന ഈ യുവാവിന്റെ വീടും സമ്പാദ്യവുമെല്ലാം കൊള്ളയടിക്കപ്പെട്ടു. ജീവിതം തകർന്നുപോയ ഇവരെല്ലാം പ്രതീക്ഷയോടെ ഉറ്റുനോക്കുന്നത് ലോകത്തെങ്ങുമുള്ള നല്ല മനുഷ്യരെയാണ്.

ഫിലാഡൽഫിയയിലും ചിക്കാഗോയിലും ജനങ്ങൾ ഒറീസ്സയിലെ വംശഹത്യക്കെതിരെ പ്രതികരിക്കുന്നുണ്ടെന്നറിയുമ്പോൾ അവർക്ക് ആശ്വാസമുണ്ട്. ലോകം തങ്ങളിലേക്ക് കണ്ണുതുറക്കുന്നുവെന്നതിൽ അവർക്ക് നിശ്ശബ്ദമെങ്കിലും ആഹ്ലാദമുണ്ട്. ഇന്ത്യൻ ഭരണകൂടവും ഒറീസ സർക്കാരും എത്രമാത്രം മൂടിവെക്കാൻ ശ്രമിച്ചാലും ലോകം ഇത് കണ്ണുതുറന്നു കാണുക തന്നെ ചെയ്യും. അൽപ്പം വൈകിയാലും അത് സംഭവിക്കുക തന്നെ ചെയ്യും.

ലക്ഷ്മി ലോഡ്ജിൽ ഭീഷണിപ്പെടുത്തുന്ന നോട്ടങ്ങളും തുറിച്ചുനോട്ടവുമേറെയുണ്ടായി. താഴെനിന്ന് ചായ കുടിക്കവെ കയ്യിൽ ചരടും വളകളുമണിഞ്ഞ ചെറുപ്പക്കാർ ക്രൂരമായി നോക്കിയതും ടി വി ചാനലിലെ വാർത്ത കണ്ടതിന്റെ പ്രതികരണമായിരുന്നു. ലോഡ്ജിൽ നിന്ന് പുറത്തു നോക്കിയപ്പോൾ കണ്ട ഒരു കാഴ്ച കൗതുകവും സന്തോഷവുമുണ്ടാക്കി. ലോഡ്ജിന് മുകളിൽ നിന്ന് നോക്കിയാൽ കണ്ണിൽപ്പെടുന്നത് സദ്ദാം ആൻറ് ടിപ്പു സുൽത്താൻ മാർക്കറ്റ് കോംപ്ലക്സെന്ന ബോർഡിലാണ്. സംഘപരിവാർ കിടന്നുതുള്ളുന്ന കോട്ടയിൽപ്പോലും അവരുടെ ഫാസിസ്റ്റ് വാഴ്ചയ്ക്കെതിരെ ചുരുട്ടിയ മുഷ്ടിപോലെയാണാ മാർക്കറ്റിൻെറ ബോർഡ്.

സന്ദർശനത്തിനിടയിൽ സംഘപരിവാരത്തിൻെറ ഏറെ ലഘുലേഖകളും നോട്ടീസും ശ്രദ്ധയിൽപ്പെട്ടു. വായിച്ചു കളഞ്ഞശേഷം കത്തിക്കുക എന്നെഴുതിയ പ്രകോപനകരവും വിഷംതുപ്പുന്നതുമായ നോട്ടീ

സുകളുമായിരുന്നു അവ. നിങ്ങളുടെ ആശുപത്രിയിൽ ക്രിസ്ത്യാനി ചികിൽസ തേടി വന്നാൽ മരുന്നിന് പകരം വിഷം നൽകുക, അങ്ങനെ നൽകിയാൽ സംഘകേന്ദ്രത്തിലറിയിക്കണം. ആസത്രേലിയൻ പുരോഹിതൻ ഗ്രഹാംസ്റ്റയിൻസിനെയും രണ്ടുമക്കളെയും ചുട്ടുകൊന്ന 1999–ലെ ക്രൂരതയെ ന്യായീകരിക്കുന്നതാണ് മറ്റൊന്ന്. കൊലയാളിയായ ഭീകരൻ ധാരാസിങ്ങിനെ വാഴ്ത്തുന്ന ലഘുലേഖയുമുണ്ട്. ഫാസിസം ജർമനിയിൽ വളരെ സമർഥവും ഫലപ്രദവുമായി ഉപയോഗിച്ചതായിരുന്നു ലഘുലേഖ വഴിയുള്ള പ്രത്യയശാസ്ത്ര ആക്രമണം. ഒറീസയിലും അവരിത് സമൃദ്ധമായി പ്രയോഗിച്ചു. ഇത്തരം ലഘുലേഖകൾ കാണുമ്പോൾ അതിനാൽ തന്നെ ഏതു സമൂഹവും ജാഗ്രത പുലർത്തണം. കാരണം ഓർക്കുക, ഇതൊരു പീറക്കടലാസല്ല.ഒരു കുരുതി നടക്കാനുള്ള പാകപ്പെടുത്തലാണീ ലഘുലേഖകൾ. ഫാസിസം എവിടെയും പ്രത്യയശാസ്ത്രപദ്ധതി എന്നും പ്രചരിപ്പിച്ചിട്ടുള്ളത് ഇത്വഴിയാണ്. അതിനാൽ തന്നെ ഇതിനെ ഒരു പീറക്കടലാസായി തള്ളരുതെന്നാണ് ഒറീസയിലെ അനുഭവവും ആവർത്തിച്ച് ഓർമിപ്പിക്കുന്നത്.

ഒറീസയിൽ ഭീകരമായതോതിൽ മതപ്രചരണം നടക്കുന്നുവെന്നാണ് സംഘപരിവാരത്തിൻെറ പ്രചാരണം. ഇത് വസ്തുതകൾക്ക് വിരുദ്ധമാണ്. പാരമ്പര്യവും സംസ്കാരവും തകരുന്ന വാദമാണ് മതപരിവർത്തനത്തിനെതിരായി അവരുയർത്തുന്നത്. രണ്ട് ലക്ഷം ദളിതരുമായി അംബേദ്കർ ബുദ്ധമതത്തിൽ ചേർന്നപ്പോൾ ഇവിടെ എന്ത് മണ്ണാങ്കട്ടയാണുണ്ടായത്. ഏതാശയവും പൂഴ്ത്തിവെക്കാനുള്ളതല്ല, പ്രചരിപ്പിക്കാനുള്ളതാണ് എന്ന ബ്രെഹ്തിൻെറ കാഴ്ചപ്പാട് മതങ്ങൾക്കും ബാധകമാണ്. ഒരാൾ ഒന്ന് സ്വീകരിച്ചു, ഞങ്ങളുടെതിലൊന്ന് കുറഞ്ഞു എന്ന് കരുതുന്നവർ സങ്കുചിതവും അടഞ്ഞതുമായ മതബോധമാണ് മുന്നോട്ടുവെക്കുന്നത്. ജനാധിപത്യത്തിന്റെ സൂര്യൻ ഒറീസയുടെ ആകാശത്ത് ഉദിക്കാൻ ഇനിയും എത്രകാലം പിന്നിടണമെന്ന ആശങ്കയാണ് ഇപ്പോഴും ബാക്കി.

സംഘപരിവാര ഫാസിസ്റ്റ് ആശയത്തിൻെറ പ്രചാരകരും പ്രയോക്താക്കളുമായി ഒറീസയിലെ മാധ്യമസമൂഹവും മാറിയെന്നതാണ് സന്ദർശനം ബോധ്യപ്പെടുത്തുന്ന ഭീതിദമായ മറ്റൊരു വസ്തുത. അവിടുത്തെ പ്രാദേശിക പത്രങ്ങൾ ഒന്നോ രണ്ടോ ഒഴിച്ചു നിർത്തിയാൽ എല്ലാം ഈ കാഴ്ചപ്പാടാണ് വിളംബരം ചെയ്യുന്നത്. ആദിവാസി– പട്ടികജാതി വിഭാഗങ്ങളായ കന്ദകളും പാണകളുമായുള്ള പ്രാദേശികവും വംശീയവുമായ പ്രശ്നമെന്നർഥത്തിൽ വംശഹത്യയെ ചുരുക്കാനാണ് ആർ എസ് എസ് ശ്രമിക്കുന്നത്. ബജ്രംഗ്ദൾ നേതാവായ സ്വാമി ലക്ഷ്മണാനന്ദയുടെ മരണമാണ് വംശഹത്യക്ക് കാരണമെന്നും അവർ പ്രചരിപ്പിക്കുന്നു. അയാളുടെ 'പൂർവാശ്രമ'ചരിത്രം അവർ മറച്ചുവെയ്ക്കുന്നു. കാഷായവസ്ത്രം ധരിച്ച കൊടും ക്രിമിനലാണ് ലക്ഷ്മണാനന്ദ. ഭൂ സംബന്ധമായ കേസിൽ ഒരാളെ കൊന്ന് രക്ഷപ്പെടാൻ ഹിമാലയത്തിലേക്ക് പോ

യതാണിയാൾ. പിന്നീട് കാവിയുടുത്ത് സന്യാസിയായി മാറിയ ലക്ഷ്മണാനന്ദ ഇത്തരത്തിലുള്ള ഉത്തരേന്ത്യൻ പ്രതിഭാസത്തിനുദാഹരണമാണ്. പിടിച്ചുപറിക്കാരനായ രത്നാകരൻ മാനസിക പരിവർത്തനം വഴി മഹാനായ വാൽമീകിയായി മാറിയെന്നാണ് പുരാണം പഠിപ്പിക്കുന്നത്! സത്യത്തിൽ ലക്ഷ്മണാനന്ദസ്വാമിയുടെ വരവോടെയാണ് കന്ദമാലിൽ സംഘർഷമാരംഭിച്ചതെന്നതാണ് ജനങ്ങൾ പറയുന്നത്. ഇദ്ദേഹത്തിന്റെ കൊലയെക്കുറിച്ചും ജനങ്ങൾക്കിടയിൽ വ്യത്യസ്ത കാഴ്ചപ്പാടുകളാണുള്ളത്. ആശ്രമത്തിലെ അധികാരതർക്കമാണ് കൊലയ്ക്ക് കാരണമെന്നതാണൊന്ന്. മാവോയിസ്റ്റുകളാകട്ടെ വധത്തിന്റെ ഉത്തരവാദിത്തമേറ്റെടുത്തിട്ടുമുണ്ട്. മാവോയിസ്റ്റുകളുടെ നേതാക്കളായ സഞ്ജീവ് പാണ്ഡെയും ആസാദും ഇക്കാര്യം പരസ്യപ്പെടുത്തിയതുമാണ്. മനുഷ്യത്വവിരുദ്ധരായി പ്രവർത്തിക്കുന്ന ഭ്രാന്തൻമാരെ ഇനിയും കൊല്ലുമെന്നും അവർ വ്യക്തമാക്കിയിട്ടുണ്ട്. എന്നാൽ ക്രിസ്ത്യൻ പുരോഹിതരാണ് കൊലയാളികളെന്ന് ആവർത്തിക്കയാണ് സംഘപരിവാരമിപ്പോഴും. മാവോയിസ്റ്റുകൾ പൊലീസിനെ കൊല്ലും ഭൂ പ്രശ്നത്തിലിടപെടും അല്ലാതെ തങ്ങളെയൊന്നും ചെയ്യുന്നില്ലെന്ന ന്യായീകരണവും നടത്തുന്നു. കൊല നടത്തിയ മാവോയിസ്റ്റുകളെ വെള്ളപൂശുകയും ക്രൈസ്തവരെ പിശാച്‌വൽക്കരിക്കയും ചെയ്യുന്നതിന് പിന്നിൽ അവരുടെ താൽപ്പര്യവും അജണ്ടയും പ്രകടമാണ്.

ഗുജറാത്തിലെ വംശഹത്യയേക്കാൾ ഭീകരമാണ് ഒറീസയിൽ അരങ്ങേറിയത്. എന്നാൽ സമാനതകളേറെയുണ്ട്. ഗോധ്രയാണ് ഗുജറാത്ത് വംശഹത്യക്ക് കാരണമെന്നാണ് നരേന്ദ്രമോഡിയുടെ തീസീസ്. ഗോധ്രയ്ക്ക് മുമ്പും പിമ്പുമെന്ന വിധം ഗുജറാത്തിനെ വിഭജിച്ചാണവരുടെ പ്രചരണം തന്നെ. ഇതുപോലെ ലക്ഷ്മണാനന്ദയുടെ വധത്തിന് മുമ്പും പിമ്പുമെന്ന് ഒറീസയെയും വേർതിരിച്ചിട്ടുണ്ട്. ഫാസിസ്റ്റുകളുടെ ഈ രണ്ട് വിഭജനവും തെറ്റാണ്. ഗുജറാത്ത് വംശഹത്യ 2002 ഫെബ്രുവരി 27–ന് ഗോധ്ര സംഭവത്തോടെ തുടങ്ങുന്നതല്ല. 2008 ആഗസ്ത് 23–ന് ലക്ഷ്മണാനന്ദയുടെ വധത്തോടെയല്ല ഒറീസയിലെ ക്രിസ്ത്യൻവേട്ടയുടെ ആരംഭവും. ഏകദേശം പത്ത് വർഷം മുമ്പ് ,1998–ൽ ക്രിസ്ത്യൻ മിഷണറിമാർക്കെതിരായ വിഷലിപ്ത ലഘുലേഖകൾ സംഘപരിവാർ പുറത്തിറക്കിയിരുന്നു. 99–ൽ ഗ്രഹാംസ്റ്റെയിൻസിനെയും മക്കളെയും ചുട്ടുകൊന്നു, ഫാദർ അരുൾദാസിനെയും കൊലചെയ്തു. തുടർന്ന് നിരവധി പള്ളികൾ തകർക്കപ്പെട്ടു. ഇതെല്ലാം വ്യക്തമാക്കുന്നത് ആർ എസ് എസും ബജ്രംഗ്ദളുമടക്കമുള്ളവ പ്രവർത്തന പദ്ധതി നടപ്പാക്കി തുടങ്ങിയിരുന്നു എന്നാണ്. ഗുജറാത്തിൽ എപ്രകാരം ഗോധ്ര ഉപയോഗിച്ചോ അതേപോലെ ലക്ഷ്മണാനന്ദ വധം ഒറീസയിൽ അവർ ഉയർത്തിക്കാട്ടി. പാതിരിമാരും വിശ്വാസികളും ഇവിടെ ഉയർത്തുന്ന ചോദ്യമുണ്ട്. ലക്ഷ്മണാനന്ദയെ വധിച്ചവരെ നിയമത്തിന് മുന്നിൽ കൊണ്ടുവരികയല്ലേ വേണ്ടത്. നിരപരാധികളെ എന്തിന് കൊല്ലുന്നു. ഈ ചോദ്യ

ത്തിന് സംഘപരിവാരം ഇതേവരെ മറുപടി പറയാൻ സന്നദ്ധമായിട്ടില്ല. സംഘപരിവാർ ഭരണമുള്ള ഗുജറാത്ത്, കർണാടക, അവരുടെ പിന്തുണയോടെ ഭരിക്കുന്ന ഒറീസയിലുമാണ് ന്യൂനപക്ഷ വേട്ടയും ആരാധനാലായങ്ങൾക്ക് നേരെ അക്രമവുമുണ്ടായത്. സംഘപരിവാറിന് പരിമിതമായ രാഷ്ട്രീയ അധികാരം ലഭിച്ചാൽ മതനിരപേക്ഷതയ്ക്ക് അതെന്ത് മാത്രം മാരകമായ പോറലേൽപ്പിക്കുമെന്ന് വിളിച്ചുപറയുന്ന സംഭവങ്ങളാണിവ. ഗുജറാത്തിലും ഒറീസയിലും സമാന പ്രചാരണങ്ങളാണിവർ അഴിച്ചുവിട്ടത്. വിദ്വേഷ കലുഷിതമായലഘുലേഖകൾ, ക്രിസ്ത്യാനികൾ ദേശദ്രോഹികളാണ്, അവർ സംസ്കാരം നശിപ്പിക്കുന്നു എന്നീ പ്രചരണങ്ങളും ഒറീസയിലുണ്ടായി. മുസ്ലിങ്ങൾ ചാരൻമാരാണ്, രാഷ്ട്രത്തോട് കൂറില്ലാത്തവരാണ്, ഐ എസ് ഐ ഏജൻറുമാരാണ് എന്നിങ്ങനെയായിരുന്നു ഗുജറാത്തിലെ പ്രചരണങ്ങൾ. 2002-ലെ വംശഹത്യക്ക് ആറ് വർഷത്തിനുശേഷവും ഗുജറാത്തിൽ ഇരകളായവരുടെ അരക്ഷിതാവസ്ഥയ്ക്ക് ഒരു പരിഹാരവുമായിട്ടില്ല. നിരവധി സന്നദ്ധ സംഘടനകളുടെയും ജനാധിപത്യ പ്രസ്ഥാനങ്ങളുടെയും സഹായത്താൽ ഗുജറാത്തിൽ ഇരകളിന്ന് രണ്ടാംതരം പൗരൻമാരായി കഴിയുന്നു. മോഡിയുടെ നാട്ടിൽ പൂർണ പൗരത്വം അവിടെ മുസ്ലിമിനിന്നും സ്വപ്നമാണ്. ഒറീസയിലും സംഭവിക്കുന്നതിതുതന്നെ.

ഗുജറാത്തിനും ഒറീസയ്ക്കും ശേഷം ലോകമാകമാനം പ്രതികരണങ്ങളുണ്ടായി. രാഷ്ട്രത്തിന് നാണക്കേടെന്ന് ക്രൈസ്തവവേട്ടയെ മൻമോഹൻസിങ് വിശേഷിപ്പിച്ചു. ഗുജറാത്തിനുശേഷം വാജ്പേയി പറഞ്ഞത് ഇന്ത്യയുടെ മുഖം നഷ്ടമായെന്നായിരുന്നു. ഇത്തരത്തിൽ പ്രധാനമന്ത്രിമാരുടെ വെറും കടലാസ് പ്രസ്താവനകൾ കൊണ്ടെന്ത് കാര്യം. അന്താരാഷ്ട്ര സമ്മർദംകൊണ്ട് ഗുജറാത്തിൽ നേരിയ പുനരധിവാസമെങ്കിലും സാധ്യമായി. ഇരകൾക്ക് നീതിലഭിക്കാൻ ഒറീസയിലാകട്ടെ പുറത്തുനിന്നുള്ളവരുടെ ശക്തമായ ഇടപെടലിലൂടെയേ കഴിയൂ.

കേരളം, ബംഗാൾ തുടങ്ങിയ സംസ്ഥാനങ്ങൾ സജീവമായ നവോത്ഥാന പ്രവർത്തനങ്ങളിലൂടെയാണ് കടന്നുവന്നത്. എന്നാൽ ഇവ കൈവരിച്ച സാംസ്കാരിക ഉയർച്ച ഗുജറാത്തിലോ ഒറീസയിലോ പ്രതീക്ഷിക്കാനുമാവില്ല. മതപരമായ ആഘോഷങ്ങൾ മാത്രം സാംസ്കാരിക ആവിഷ്കാരങ്ങളാവുന്നതിനപ്പുറം ഒന്നിനുമിടമില്ലാത്ത നാടാണിത്. നിസ്സഹായരും ദുർബലരുമായ പാവം മനുഷ്യർക്ക് ജന്തുക്കളുടെ പരിഗണനപോലും കിട്ടാത്തൊരു ദേശമെന്നും പറയാം. ഭുവനേശ്വറിൽ തീവണ്ടിയിറങ്ങിയപ്പോൾ കണ്ട കാഴ്ച ഇത് വിളിച്ചുപറയുന്നതാണ്. തീവണ്ടിയാപ്പീസിന് പുറത്തും ഭുവനേശ്വറിലെ റോഡരികിലുമെല്ലാം കണ്ടുത് കൂറ്റൻ കൊഴുത്ത കാളകളെയായിരുന്നു. മറുഭാഗത്ത് നിസ്സഹായനായ റിക്ഷക്കാരനും തൊഴിലാളികളുമടക്കമുള്ള ദയനീയരായ മനുഷ്യജീവികളും. മനസിൽ തങ്ങിനിൽക്കുന്ന മറ്റൊരു കാര്യം ഭുവനേശ്വറിലും കന്ദസ്മാലിലും കാണപ്പെട്ട വെളുത്ത ചുമരുകളാണ്. ഒരു പ്രതി

കരണവും ഒരു ചുമരിലും രേഖപ്പെടുത്തിയിട്ടില്ല. വെളുത്ത ചുമരും കൊഴുത്ത കാളയും ഒറീസയുടെ പുതിയ അവസ്ഥയുടെ പ്രതീകങ്ങളായാണ തോന്നിയത്.

ലോകത്ത് തന്നെ ഏറ്റവും രൂക്ഷമായ പട്ടിണിമരണം നടന്ന കന്ദമാലിന്നടുത്താണ് ക്രൈസ്തവവേട്ട നടന്ന പ്രദേശങ്ങൾ. പട്ടിണിമാത്രം വിളയുന്ന ഈ നാട്ടിൽ ആദിവാസികളും ഗിരിവർഗക്കാരുമായ പാവങ്ങൾ കഴിക്കുന്ന ഭക്ഷണത്തിനടക്കം ഫാസിസ്റ്റുകൾ വിലക്കേർപ്പെടുത്തിയിട്ടുണ്ട്. ആദിവാസികളും ഗിരിവർഗക്കാരും രുചിയടക്കാനല്ല വിശപ്പടക്കാനാണ് പശുവിനെത്തിന്നുന്നത്. പശുവിനെ തിന്നരുതെന്ന് പറയുന്ന മേനിക്കണ്ടപ്പൻമാർ ഏത് നൂറ്റാണ്ടിലാണ് ജീവിക്കുന്നത്. മിഷനറിമാർ അരി കൊടുക്കുന്നു, ഇവരാകട്ടെ തിന്നാൻ പാടില്ലെന്ന് പറയുന്നുഎന്തൊരു വൈരുധ്യമാണിത്. പട്ടി നടക്കുന്ന വഴിയിൽപോലും പട്ടിക്കുള്ള പരിഗണന നൽകാത്ത അമ്പലപ്പാതയും ആരാധനാലയങ്ങളും ചെരിപ്പിടാനവകാശമില്ലാത്ത, മാറുമറക്കാൻ സ്വാതന്ത്ര്യമില്ലാത്ത ദുർബലരായ ഇവരെ മനുഷ്യരായി കാണാത്ത വനവാസി കല്ല്യാണിന് ഏതു ബോധിവൃക്ഷത്തണലിലിരുന്നാണ് ഇവർ ഹിന്ദുക്കളാണെന്ന് ബോധോദയമുണ്ടായത്. ചാതുർവർണ്യത്തിൻെറ അധികാര ശ്രേണിയിൽ സൂചികുത്താനിടമില്ലാത്ത ഈ പഞ്ചമരെ, എവിടെയും അടയാളപ്പെടുത്താത്ത പാവങ്ങളെ ഹിന്ദുക്കളെന്നഭിമാനിക്കാൻ ആഹ്വാനം ചെയ്യുന്ന വനവാസി കല്യാണും ആർ എസ് എസും ഏതു നൂറ്റാണ്ടിലാണ് കഴിയുന്നത്.

വംശഹത്യക്ക് ന്യായീകരണമായി പറയുന്നത് ക്രിസ്ത്യാനികൾ തങ്ങളാരാധിക്കുന്ന പശുവിനെ തിന്നുന്നവരാണെന്നാണ്. നീചരായ ഇത്തരക്കാരെ ഉൻമൂലനം ചെയ്യാമെന്നാണ് ലഘുലേഖയിലെ ഉപദേശം. പശുവിനെ തിന്നുന്ന ക്രിസ്ത്യാനികൾക്കെതിരെ കൊലവാളെടുക്കുന്നവർ ചൈനക്കാർക്കെതിരെ യുദ്ധത്തിന് പോകുമോ. നിങ്ങൾ പൂജിക്കുന്ന പാമ്പിനെ തിന്നുന്നവരാണ് ചൈനക്കാർ. എന്തസംബന്ധമാണ് ആർ എസ് എസ് മുന്നോട്ടുവെക്കുന്നത്. സവർണരൊഴിച്ച് എല്ലാ ജനവിഭാഗവും പശുവടക്കമുള്ള ജന്തുക്കളെ തിന്നുന്നവരാണ്. ആരാധിക്കുന്നവർക്ക് ആരാധിക്കാനും ഭക്ഷിക്കുന്നവർക്ക് ഭക്ഷിക്കാനും സ്വാതന്ത്ര്യവും അവകാശവുമുണ്ടാകണം. കന്ദമാലിനടുത്ത് ഒരു പ്രദേശത്ത് കുരങ്ങിനെ തിന്നുന്ന ആദിവാസികളുണ്ട്. പുരി ജഗന്നാഥ ക്ഷേത്രത്തിലെ ഒരു സാന്നിധ്യം കുരങ്ങൻമാരാണ്. അവയെ ആരും ഉപദ്രവിക്കില്ല. അതുകൊണ്ട് കുരങ്ങിനെ തിന്നുന്ന ആദിവാസികളായവരെ കൊന്നൊടുക്കലാണോ ഇതിനോടുള്ള പ്രതികരണം. എന്ത് തിന്നണം, എന്ത് തിന്നണ്ട എന്നത് ഇന്ത്യൻ ജനതയാണ് തീരുമാനിക്കുക, സംഘപരിവാറിന്റെ ആജ്ഞാനുസരണമല്ല ഒരു ജനതയുടെ ഭക്ഷണം നിർണയിക്കുക. വിശ്വാമിത്ര മഹർഷി വിശന്നുവലഞ്ഞപ്പോൾ ദളിതൻെറ വീട്ടിലെ ചത്ത പട്ടിയുടെ ഇറച്ചി തിന്ന കഥ സംഘപരിവാരത്തിൻെറ ആചാര്യനായ ഗോൾവാൾ

ക്കർ വിചാരധാരയിൽ പറയുന്നുണ്ട്. ഈ കഥ ഉദാഹരിച്ച് ഗോൾവാൾക്കർ ശിഷ്യരെ ഉപദേശിക്കുന്നത് ശക്തി സംഭരിക്കാൻ നായയെ തിന്നാമെന്നാണ് . വിശന്നുവലയുന്ന പട്ടിണിപ്പാവങ്ങൾക്ക് ഇറച്ചി തിന്നുകൂടെന്ന വാദമുയർത്തുന്ന ആർ എസ് എസുകാർ വിചാരധാരയിൽ ഗുരു പറയുന്നത്പോലെ ശക്തിനേടാനല്ല ഇവരിറച്ചി കഴിക്കുന്നതെന്നതിനാലാണോ എതിർപ്പും ഭീഷണിയുമുയർത്തുന്നത്. മതപരിവർത്തനം ചെയ്താൽ മരിച്ച അച്ഛനും അമ്മയ്ക്കുമടക്കം മോക്ഷം കിട്ടില്ലെന്നും ജീവിച്ചിരിക്കുന്ന നിങ്ങളും തുലയുമെന്നുള്ള വാദവും ഇവർ പരത്തുന്നുണ്ട്.

ഒറീസയിലെ സംഘപരിവാറിന്റെ വിഷലിപ്തപ്രചാരണത്തിന് മാധ്യമപ്രവർത്തകർ നല്ല പങ്ക് വഹിക്കുന്നതായി ഞങ്ങൾക്ക് നേരിട്ട് ബോധ്യപ്പെട്ടതാണ്. ഭുവനേശ്വറിൽ ഞങ്ങൾ നടത്തിയ വാർത്താസമ്മേളനത്തിൽ ആർ എസ് എസിനെതിരായി പറഞ്ഞതും ക്രിസ്ത്യാനികളെ ന്യായീകരിച്ചതിലും ഭൂരിഭാഗവും പ്രകോപിതരായി. *ടൈംസ് ഓഫ് ഇന്ത്യ*യുടെതടക്കം മുഖ്യധാരാ മാധ്യമങ്ങളുടെ പ്രതിനിധികൾ രോഷാകുലരായി ഇറങ്ങിപ്പോവുകയുണ്ടായി. സാംസ്കാരിക പ്രവർത്തകരടക്കമുള്ള സമൂഹവും പൊതുവെ നിശ്ശബ്ദരാണ്. കേന്ദ്രസാഹിത്യ അക്കാദമി അംഗവും നോവലിസ്റ്റുമായ ഡോ. ബിഭൂതി പട്നായക്, സമവാദ് പത്രത്തിന്റെ എഡിറ്ററും എഴുത്തുകാരനുമായ ഡോ. ഗൗരഹരി ദാസ്, എസ് കെ ജേന, സാമ്പത്തിക ശാസ്ത്രജ്ഞൻ പ്രൊഫ. കെ സി സമാൽ, സാംസ്കാരിക പ്രവർത്തക സ്വയംപ്രഭാപാണി തുടങ്ങിയവരുമായി ഞങ്ങൾ കൂടിക്കാഴ്ച നടത്തുകയുണ്ടായി. ഇവരെല്ലാം നാടിന്റെ തകർച്ചയിൽ വേദനയും വിങ്ങലുമനുഭവിക്കുന്ന മനസുകളാണ്.

11

മാതൃകമോഡി

ആദ്യം പരിവർത്തനം നടത്തിയത് അവിടുത്തെ സവർണ ഹിന്ദു വിഭാഗക്കാരാണ്. മാത്രമല്ല ലോകത്തിലെ എല്ലാ മതങ്ങളും അതിന്റെ ആശയങ്ങൾ പ്രചരിപ്പിക്കുകയും അതിലേക്ക് ആളുകളെ ആകർഷിക്കാൻ ശ്രമം നടത്തുകയും ചെയ്തുപോരുന്നുണ്ട്. അത് അതിന്റെ ഒരു അവകാശമാണ്. ആ അവകാശം ഹിന്ദുമതത്തിനുണ്ട്. ഇസ്ലാമിനും ക്രിസ്ത്യനുമുണ്ട്. പിന്നെ എന്തിനാണിവർ മതപരിവർത്തനത്തെക്കുറിച്ച് ഇങ്ങനെ ഭയപ്പെടുന്നത്? പ്രശ്നം മതപരിവർത്തനമല്ല. ക്രിസ്ത്യൻ മിഷനറിമാരുടെ പ്രവർത്തനത്തിന്റെ ഫലമായി അധഃസ്ഥിതരായ മനുഷ്യരിൽ അവകാശബോധം ഉണരുന്നുണ്ട്. ആ അവകാശബോധം അവിടുത്തെ സവർണരുടെ അധികാരത്തെ ചോദ്യം ചെയ്യാൻ തുടങ്ങിയിട്ടുണ്ട്. ഇതിൽ അസഹിഷ്ണുത പൂണ്ട സവർണരുടെ നേതൃത്വത്തിലുള്ള സംഘ്പരിവാർ ശക്തികളാണ് പുതിയ അവകാശബോധത്തെ ഇല്ലാതാക്കാനുള്ള അക്രമം അഴിച്ചുവിടുന്നത്. ഇത് ഒറീസയിൽ ഒതുങ്ങി നിൽക്കുന്നില്ല. ഇന്ത്യയിൽ ആകെ സംഘ്പരിവാർ പ്രഖ്യാപിച്ചുകഴിഞ്ഞ ഒരു വംശീയയുദ്ധത്തിന്റെ വിളംബരമാണ്.

മുമ്പ് ഗുജറാത്തിൽ വംശഹത്യ സംഭവിച്ചപ്പോൾ മനുഷ്യരായ മനുഷ്യരൊക്കെയും അവിടംകൊണ്ട് ഇത് അവസാനിക്കും എന്ന് വിചാരിച്ചു. ഇപ്പോൾ ഒറീസയിൽ നടക്കുമ്പോൾ മനുഷ്യർ വിചാരിക്കുന്നത്, ആത്മാർഥമായി ആഗ്രഹിക്കുന്നത് ഇവിടംകൊണ്ട് അതവസാനിക്കുമെന്നാണ്. പക്ഷേ, ഇത് ഒറീസയിൽ അവസാനിക്കില്ല. ഗുജറാത്തിൽ അവസാനിക്കില്ല. ഇത് ഇന്ത്യയിലൊട്ടാകെ, സംഘ്പരിവാറിന് എവിടെയൊക്കെ രാഷ്ട്രീയാധികാരമുണ്ടോ സംഖ്യാബലമുണ്ടോ അവിടെയൊക്കെ ന്യൂനപക്ഷങ്ങൾക്കെതിരെ, ദളിതർക്കെതിരെ നടന്നുകൊണ്ടിരിക്കും. കാരണം, സംഘ്പരിവാറിന്റെ താത്വിക പുസ്തകങ്ങളിൽ ഇന്ത്യയുടെ ആഭ്യ

ന്തരശത്രുക്കൾ എന്ന പട്ടികയിൽ മൂന്ന് വിഭാഗത്തെ പ്രത്യേകം എടുത്തുപറയുന്നുണ്ട്. ക്രിസ്ത്യാനികൾ, മുസ്ലീങ്ങൾ, കമ്യൂണിസ്റ്റുകാർ. ഇത് സത്യത്തിൽ ഓരോ ഇന്ത്യക്കാരന്റെയും അസ്തിത്വത്തിന് നേരെയുള്ള വെല്ലുവിളിയും നമ്മുടെ ജനാധിപത്യത്തിന് അപമാനകരവുമാണ്. കാരണം ആഭ്യന്തരശത്രുക്കളായി പരിഗണിക്കേണ്ടത് സാമ്രാജ്യത്വ ശക്തികളെയും ജീർണതയെയും നാടുവാഴിത്വത്തെയുമാണ്. അവയെ ആഭ്യന്തര ശത്രുക്കളായി പരിഗണിക്കാതിരിക്കുകയും മത വിഭാഗങ്ങളെ പ്രത്യക്ഷത്തിൽ തന്നെ ആഭ്യന്തരശത്രുക്കളായി പ്രഖ്യാപിക്കുകയും ചെയ്യുന്ന ഒരു കാഴ്ചപ്പാട് ദയനീയമാംവിധം പാപ്പരാണ്. അതുകൊണ്ട് ഇത് ഒരു ഒറീസയോ ഗുജറാത്തോ അല്ല. മറിച്ച് എവിടെയൊക്കെ സംഘ്പരിവാറിന് ആധിപത്യം ലഭിക്കുമോ അവിടെയെല്ലാം ആവർത്തിക്കാൻ പോകുന്ന മനുഷ്യഹത്യയുടെ മാരകമായ ഒരാമുഖമാണിത്. ഒരുപക്ഷേ, അവസാനങ്ങളില്ലാത്ത ഒരു ആരംഭം. എവിടെയും തുടരാവുന്ന ഒരു വലിയ വിപത്ത്. ഇതിനെതിരെ വലിയ രീതിയിലുള്ള ജനകീയ ജനാധിപത്യ മതേതരത്വ മതകൂട്ടായ്മകൾ രൂപപ്പെട്ടുവരണം. ഒരു യഥാർഥ ഹിന്ദുമത വിശ്വാസിക്ക് മനുഷ്യഹത്യയെ പിന്തുണയ്ക്കാൻ പറ്റില്ല. ശ്രീരാമകൃഷ്ണ പരമ ഹംസന്റെയോ വിവേകാനന്ദന്റെയോ കാഴ്ചപ്പാടുകൾ വെച്ചുകൊണ്ട് ഈ മനുഷ്യഹത്യയെ ന്യായീകരിക്കാൻ പറ്റില്ല. പക്ഷേ, ഇന്ന് സംഘ്പരിവാറിന് ഹിന്ദുമതത്തിന്റെ ആചാര്യന്മാർ ശ്രീരാമകൃഷ്ണ പരമഹംസനല്ല; വിവേകാനന്ദനല്ല. ആദിമ കാലത്തെ ഋഷിമാരല്ല. മറിച്ച് മോഡിയും പ്രവീൺഭായ് തൊഗാഡിയയും അശോക് സിംഗാളുമൊക്കെയാണ്. ഹിന്ദുമതവുമായോ ആധുനിക ജനാധിപത്യവുമായോ ഒരു ബന്ധവുമില്ലാത്തവരാണ് ഇവർ. ഇവരെ മതാത്മക കാഴ്ചപ്പാടുമായും ബന്ധപ്പെടുത്താൻ കഴിയുകയില്ല. ഇവർ ആധുനികകാലത്ത് കാലം തെറ്റിപ്പിറന്ന മനുഷ്യരിൽപ്പെടുത്താവുന്നവരാണ്. അതുകൊണ്ട് യഥാർഥ മതവിശ്വാസികൾ, മതേതര വാദികൾ, മനുഷ്യ സ്നേഹികൾ ഇവരുടെയൊക്കെ വിപുലമായ കൂട്ടായ്മ ഈ കാട്ടാളത്വത്തിനെതിരെ ഉയർന്നു വരേണ്ടതായിട്ടുണ്ട്.

ഹിന്ദുരാഷ്ട്ര സങ്കൽപ്പമെന്നത് വളരെ സങ്കീർണമാണ്. പക്ഷേ, ബി ജെ പി അനുഭവത്തിലൂടെ ഒരു യാഥാർഥ്യം തിരിച്ചറിയുന്നുണ്ട്. ഗുജറാത്ത് വംശഹത്യയിലൂടെ അവർക്ക് ബോധ്യം വന്ന സംഭവമാണിത്. സത്യത്തിൽ ജനാധിപത്യത്തിന്റെ അവശിഷ്ടങ്ങൾ ബാക്കിയുണ്ടായിരുന്നെങ്കിൽ ഇത്രയും വലിയ വംശഹത്യ നടത്തിയ ശേഷം നരേന്ദ്രമോഡി ജയിക്കാൻ പാടില്ലായിരുന്നു. പക്ഷേ, വംശഹത്യക്ക് ശേഷം മോഡി ശക്തമായി തിരിച്ചുവരികയായിരുന്നു. ഗുജാറത്തിൽ ജയിച്ചത് നരേന്ദ്രമോഡിയല്ല, മറിച്ച് ഭയമായിരുന്നു. രണ്ടു തരത്തിലുള്ള ഭയമാണ് അവിടെ പ്രവർത്തിച്ചത്. ഒന്ന് സമാനതകളില്ലാത്ത ക്രൂരതയാണ് മുസ്ലീം സമൂഹത്തോട് കാണിച്ചത്. സംഘ്പരിവാർ തോറ്റാൽ ഈ ക്രൂരതയ്ക്ക് പകരം ചോദിക്കപ്പെടും. അങ്ങനെ പകരം ചോദിക്കപ്പെടാതിരിക്കണമെങ്കിൽ സംഘ്പരിവാർ എല്ലാ കാലത്തും ഭരണത്തിലുണ്ടായിരിക്കണം. ഈയൊ

രാശയം മോഡി വ്യാപകമായി പ്രചരിപ്പിച്ചു. അങ്ങനെ സംഘ്പരിവാറിനോട് മാനസികമായി യോജിപ്പില്ലാത്തവർ പോലും സംഘ്പരിവാർ തോറ്റാൽ ഹിന്ദു സമൂഹം ആകെ ആക്രമിക്കപ്പെടുമെന്ന പ്രചാരണത്തിൽ വീണുപോയി. രണ്ടാമത്, സംഘ്പരിവാറല്ലാത്തവർക്ക് വോട്ട് ചെയ്താൽ, അവർക്കെതിരെ ശക്തമായ പ്രചാരണത്തിന് നിന്നാൽ ന്യൂനപക്ഷങ്ങൾക്കെതിരെ ഇതിനേക്കാൾ ഭീകരമായ ആക്രമണങ്ങൾ സംഘടിപ്പിക്കുമെന്ന് മറുവശത്ത് പ്രചരിപ്പിച്ചു. അങ്ങനെ ഇരകളെയും വേട്ടക്കാരെയും ഭീതിക്ക് അടിമപ്പെടുത്തിക്കൊണ്ടാണ് മോഡി വിജയിച്ചത്. ഒരിക്കൽ ചോര രുചിച്ച കടുവ പിന്നീട് ചോര രുചിക്കാതിരിക്കില്ല എന്ന തത്വം അനുസരിച്ച്, ഗുജറാത്തിലെ ഈ വിജയമാണ്, ഒറീസയിൽ സഖ്യകക്ഷിയായ നവീൻപട്നായിക്കിന്റെ പാർട്ടിയെ തള്ളി സ്വയം അധികാരത്തിൽ വരാൻ ഇതുപോലുള്ള സംഭവങ്ങളിലൂടെ കഴിയും എന്നവർക്ക് തോന്നിപ്പിക്കുന്നത്. അതാണ് തമിഴ്നാട്ടിലും മറ്റു സ്ഥലങ്ങളിലും പരീക്ഷിച്ചു നോക്കുന്നത്.

ഈ ചോദ്യം കലാപബാധിത പ്രദേശങ്ങൾ സന്ദർശിച്ചപ്പോൾ നാട്ടുകാർ ചോദിച്ചു. ഗുജറാത്തിലെ ഇരകൾക്ക് പരിമിതമായെങ്കിലും ലഭിച്ച ആശ്വാസം ഇവിടെയും ലഭിക്കേണ്ടതുണ്ട്.

ഗുജറാത്തിൽ പലരും ഇന്നും അഭയാർഥി ക്യാമ്പുകളിലാണ്. പലർക്കും വീടുകളിലേക്ക് തിരിച്ചുപോകാൻ കഴിഞ്ഞിട്ടില്ല. പക്ഷേ, മനുഷ്യാവകാശ സംഘടനകളുടെ സജീവശ്രദ്ധ ഗുജറാത്തിൽ പതിഞ്ഞതുകൊണ്ട് മോഡിക്ക് പഴയ ക്രൂരത അതേപടി തുടരാൻ കഴിയുന്നില്ല. അവർക്ക് ആഗ്രഹമില്ലാത്തത് കൊണ്ടല്ല; സാർവദേശീയ സമ്മർദം നിമിത്തം, മോഡിയുടെ വിസ അമേരിക്ക റദ്ദാക്കിയെന്ന് പറയുന്നത് വളരെ പ്രധാനപ്പെട്ട വിഷയമാണ്. കാരണം മോഡിയെ പോലുള്ള ഒരു ഭരണാധികാരിയെ അംഗീകരിക്കുന്നത് സാർവദേശീയാടിസ്ഥാനത്തിൽ തങ്ങളുടെ ഇമേജിന് കളങ്കം വരുത്തും. ഇറാഖിനെതിരെയും അഫ്ഗാനിസ്ഥാനെതിരെയും ഇടപെട്ടതിനേക്കാൾ വലിയ കളങ്കമാകും ഇന്ത്യയിൽ ചിലപ്പോൾ ഇതുണ്ടാക്കുക എന്ന ഒരു കാഴ്ചപ്പാടിന്റെ ഭാഗമായിട്ടാകാം വിസ നിഷേധിക്കപ്പെട്ടത്.

ഗുജറാത്ത് വംശഹത്യക്കെതിരെ ലോകവ്യാപകമായി ജനാധിപത്യം നടത്തിയ പ്രചാരണത്തിന് ഭാഗികമായി വിജയം ഉണ്ടായിട്ടുണ്ട്. അതിന്റെ ചെറിയൊരു ഗുണം ഗുജറാത്തിൽ ഇന്ന് അനുഭവിക്കാൻ പറ്റുന്നുണ്ട്. ഇതുപോലെ എന്താണ് ഒറീസയിൽ നടക്കുന്നതെന്ന് പുരോഗമന കലാ സാഹിത്യ സംഘം കേരളത്തിലും പുറത്തും ആശയ പ്രചാരണം നടത്തും. ഇതിന്റെ ആദ്യഘട്ടമെന്ന നിലയിൽ നവംബർ 16 മുതൽ 30 വരെ വംശഹത്യക്കും അധിനിവേശത്തിനുമെതിരെ എന്ന പ്രമേയത്തിൽ കാസർകോട്മുതൽ തിരുവനന്തപുരംവരെ ജാഥ നടത്തും. ന്യൂനപക്ഷം എന്തുകൊണ്ട് അക്രമിക്കപ്പെടുന്നു. ഇതിനെ എങ്ങനെ നേരിടണം എന്ന ആശയം വ്യാപകമായി ചർച്ചക്ക് വിധേയമാക്കും. ഈ ആശയ പ്രചാരണം

ആത്യന്തികമായി ഫാസിസത്തെ ഭീതിപ്പെടുത്തും. അത് ഒരു പുറംപൂച്ചിന് വേണ്ടിയെങ്കിലും നിലപാട് മാറ്റുന്നതിന് അവരെ പ്രേരിപ്പിക്കും. അതോടൊപ്പം ഇന്ത്യ നേരിടുന്ന, മതേതരത്വം നേരിടുന്ന വിപത്താണെന്ന് സംഘ് പരിവാറിന് ചെറുതായെങ്കിലും ബോധ്യപ്പെടും.

ഗുജറാത്ത് വംശഹത്യയെ തുടർന്ന് നിരവധി കഥകൾ, കവിതകൾ, ഡോക്യുമെന്ററികൾ, ലേഖനങ്ങൾ, ടെലിഫിലിമുകൾ ഒക്കെ രൂപപ്പെട്ടു. അതുപോലെ ഒറീസയുടെ പശ്ചാത്തലത്തിലും കഥകളും കവിതകളും നാടകങ്ങളും രൂപപ്പെട്ടുവരും. അത് ഫാസിസ്റ്റുകളുടെ സുഖ നിദ്രകളിൽ പേടിസ്വപ്നങ്ങളായി ഇടിമുഴക്കങ്ങൾ സൃഷ്ടിക്കും.

12

ആചാരവിവേചനവും ആചാരഭീകരതയും

ഒരു ജനതയുടെ മസ്തിഷ്കത്തെതന്നെ ഭയത്തിന്റെ ഉൽപ്പാദന കേന്ദ്രമായി മാറ്റാൻ കഴിയുമ്പോഴാണ്, 'വംശഹത്യകൾ' വിജയിക്കുന്നത്. സ്വന്തം ജീവിത സമ്പ്രദായങ്ങളെ നിർബന്ധപൂർവ്വം ഒളിച്ചുവെക്കേണ്ടിവരുന്ന ഒരവസ്ഥയിൽവെച്ചാണ് അഭയാർത്ഥിജീവിതം ആരംഭിക്കുന്നത്. മുമ്പ് ഗുജറാത്തിലെന്നപോലെ ഇപ്പോൾ ഒറീസ്സയിലും അതാണ് സംഭവിച്ചുകൊണ്ടിരിക്കുന്നത്. ഇരവൽക്കരണപ്രക്രിയ മൂർദ്ധന്യാവസ്ഥയെ പ്രാപിക്കുമ്പോഴാണ് ഒരു ജനസമൂഹം സ്വന്തം ജന്മനാട്ടിൽതന്നെ അഭയാർഥികളായി തീരുന്നത്. ഒറീസയിലെ കന്ദമാൽ ജില്ലയിൽ അക്ഷരാർഥത്തിൽതന്നെ അത് സംഭവിച്ചിരിക്കുന്നു. സ്വന്തമായതൊന്നും പ്രകടിപ്പിക്കാനാവാത്ത ഒരവസ്ഥ അനിവാര്യമായും സംഘർഷ നിർഭരമായിരിക്കും. അകത്തൊന്നും പുറത്ത് മറ്റൊന്നുമായി പിളരുന്ന ഒരു പീഡിത ജീവിതത്തെ സംബന്ധിച്ചിടത്തോളം 'പൂർണപൗരത്വം' അസാധ്യമാകും. രക്ഷവേണമെങ്കിൽ ഇന്ന് കന്ധമാലിൽ ക്രിസ്തുമത വിശ്വാസികൾ ഹിന്ദുക്കളായി അഭിനയിക്കേണ്ട അവസ്ഥയാണുള്ളത്. ക്രിസ്തുമത വിശ്വാസികൾ മതം മറച്ചുവെക്കാൻ സ്വന്തം കുഞ്ഞുങ്ങളെപ്പോലും പരിശീലിപ്പിക്കുന്ന തിരക്കിലാണ്.

ചില അനുഷ്ഠാനങ്ങൾക്കും ആഘോഷങ്ങൾക്കുംമാത്രം ഔദ്യോഗിക പരിചരണം ലഭിക്കുകയും അതുപോലെതന്നെയുള്ള മറ്റ് ചില അനുഷ്ഠാനങ്ങൾക്കും ആഘോഷങ്ങൾക്കും തത്തുല്യമായ പരിഗണന ലഭിക്കപ്പെടാതിരിക്കുകയും ചെയ്യുമ്പോഴാണ് 'ആചാരവിവേചനം' നിലവിൽ വരുന്നത്. എന്നാൽ പൗരജീവിതത്തിൽപോലും, സ്വന്തം പേരും വിശ്വാസവും അനുഷ്ഠാനങ്ങളും ആഘോഷങ്ങളും പൂഴ്ത്തിവെക്കേണ്ടിവരും വിധം ഒരു ജനസമൂഹം നിസ്സഹായമാവുമ്പോഴാണ്, 'ആചാരഭീകരതകൾ' നിലവിൽ വരുന്നത്. ഭരണകൂട പരിലാളനമേൽക്കുന്ന വിശ്വാസപ്ര

മാണങ്ങൾക്കും 'ആചാരഭീകരത'ക്ക് വിധേയമാകുന്ന പീഡിത വിശ്വാസപ്രമാണങ്ങൾക്കും തമ്മിൽ പ്രത്യക്ഷബന്ധങ്ങളൊന്നുമില്ല. എങ്കിലും മുഖ്യാധാരാ സംസ്കാരത്തിൽനിന്ന് ചില വിഭാഗങ്ങളെ ഒഴിച്ച് നിർത്തുന്നതിന്റെ പ്രശ്നങ്ങളുണ്ട്. 'ആചാരഭീകരത' ഈയൊരു ദൗത്യം രൗദ്രമായി നിർവഹിക്കുമ്പോൾ, 'ആചാരവിവേചനം' അത് നിർവഹിക്കുന്നത് സൗമ്യമായിട്ടാണെന്ന ഒരു വ്യത്യാസം മാത്രമാണ് അവ തമ്മിലുള്ളത്. 'രാഷ്ട്രീയ സമൂഹവും' 'പൗരസമൂഹവും' പരോക്ഷമായിട്ടാണെങ്കിലും, ഒരു സംയുക്ത സാന്നിധ്യമായി പ്രവർത്തിക്കുന്നതാണ് ഇന്ത്യയിൽ പൊതുവെ ദൃശ്യമാകുന്നത്. അതിന്റെ ഫലം, അധികാരത്തിൽ നിന്നെന്നപോലെ പൗരജീവിതത്തിൽ നിന്നുമുള്ള 'അവർണരുടെ' തിരസ്കാരമാണ്. അതോടെ 'ദേശീയത' ഒരു സവിശേഷ ഭൂവിഭാഗത്തിലധിവസിക്കുന്ന വ്യത്യസ്ത സാമൂഹ്യവിഭാഗങ്ങളുടെ ജീവിതാവിഷ്കാരത്തിന്റെ ചട്ടക്കൂടായിരിക്കുന്നതിന്നു പകരം, 'സവർണ ചിട്ട'കളുടെ സംഗ്രഹമായി സങ്കോചിക്കുന്നു.

'ഭൂമിപൂജ' മുതൽ 'ഭദ്രദീപം' തെളിയിക്കൽ വരെയുള്ള അനുഷ്ഠാനങ്ങൾക്കും, 'വിജയദശമി' മുതൽ ഓണം വരെയുള്ള ആഘോഷങ്ങൾക്കും ലഭിക്കുന്ന 'മേൽക്കോയ്മ' വിമർശന വിധേയമാക്കുമ്പോൾ, മതേതരവാദികളിലൊരു വിഭാഗംപോലും രോഷാകുലമാകുന്നത് 'സവർണതയുടെ' അദൃശ്യമായ ശക്തിയെ അവർക്ക് ശരിയാംവിധം അതിജീവിക്കാൻ കഴിയാത്തതുകൊണ്ടാണ്. അതംഗീകരിക്കാതെ ഇത്തരം അനുഷ്ഠാനങ്ങൾക്കും ആഘോഷങ്ങൾക്കും, യുക്തിയുടെ പരിവേഷം ചാർത്തികൊടുക്കാനുള്ള ഏത് ശ്രമവും കാര്യങ്ങളെ കൂടുതൽ പരിഹാസ്യമാക്കുകയേയുള്ളുവെന്ന് അവർ തിരിച്ചറിയുന്നില്ല. രണ്ടുമാസങ്ങൾക്കു മുമ്പ് തിരുവനന്തപുരത്ത് വി ജെ ടി ഹാളിൽ ഭാഷാ ഇൻസ്റ്റിറ്റ്യൂട്ടിന്റെ അവാർഡ് സമ്മേളനയോഗത്തിൽവെച്ച്, നിലവിളക്കുകൾ കൊളുത്താതെയും ഉദ്ഘാടനം നിർവഹിക്കാമെന്ന് നാമിനിയും തെളിയിക്കേണ്ടതായിട്ടാണിരിക്കുന്നതെന്ന് ഞാൻ ആ വേദിയിൽ പറഞ്ഞത് സാംസ്കാരിക പ്രവർത്തകരിൽ കുറച്ചുപേർക്ക് വലിയപ്രകോപനമായിട്ടാണ് അനുഭവപ്പെട്ടത്! ഉദ്ഘാടനവേദികളിൽനിന്ന്, നിലവിളക്കുകളൊക്കെയും വലിച്ചെറിയണമെന്നല്ല, മറിച്ച് ഉദ്ഘാടനത്തിന്നുള്ള ഏക അസംസ്കൃതവസ്തുവായി നിലവിളക്കിനെമാത്രം പരിമിതപ്പെടുത്തരുതെന്നാണ് ഞാൻ മിതമായി ആവശ്യപ്പെട്ടത്.

നിലവിളക്കിന് ജാതിയും മതവുമില്ലെന്നും, അത് വെളിച്ചമാണെന്നും വാദിക്കുന്നവർ വിസ്മരിക്കുന്നത്, അതിനേക്കാൾ തെളിഞ്ഞ വെളിച്ചം വൈദ്യുതിവിളക്കുകൾക്കുണ്ടെന്ന വസ്തുതയാണ്. തുളസിയുടെ ഔഷധമൂല്യം നിമിത്തമല്ല, പലരുമതിനെ ഭക്തിപൂർവം വണങ്ങുന്നത്. ആയിരുന്നെങ്കിൽ, മരുന്നുകടകൾക്കും ഔഷധത്തോട്ടങ്ങൾക്കും മുമ്പിൽ നിന്നവർ ഒരു നൂറുതവണ കൈ കൂപ്പുകയോ, അതിലേറെ അവയെ വലംവെക്കുകയോ ചെയ്യുമായിരുന്നു. അറിവുകൾ സമൃദ്ധമായൊരു കാലത്ത്

അനുഷ്ഠാനങ്ങൾക്കുമേൽ 'യുക്തി' ആരോപിക്കാൻ പ്രയാസമില്ല! എന്നാൽ അതുകൊണ്ടുമാത്രം 'വിമർശനയുക്തിയല്ല', 'സവർണ്ണവിശ്വാസ പ്രമാണ'ങ്ങളാണ്, അനുഷ്ഠാനങ്ങളെ നിലനിർത്തുന്നതെന്ന സത്യം ഇല്ലാതാവുകയില്ല. അങ്ങനെയുള്ള വിശ്വാസപ്രമാണങ്ങൾക്ക് ആജീവനാന്തം കപ്പം കൊടുക്കാത്തവർക്ക്, മറ്റെല്ലാ വിശ്വാസ പ്രമാണങ്ങളോടും, നീതിപുലർത്താൻ കഴിയും. കപ്പം കൊടുക്കുന്നവർ കൃത്രിമയുക്തിയുടെ കോട്ടകൾകെട്ടി അവയെ സംരക്ഷിക്കാനും ശ്രമിക്കും. അവർക്ക് 'തുടികൊട്ടും' ബാന്റുവാദ്യവും, ചെണ്ടമുട്ടും, ദഫ്മുട്ടും നടത്തിക്കൊണ്ടോ, 'മുദ്രാവാക്യം' വിളിച്ചുകൊണ്ടോ, 'ചുമ്മാ ഉത്ഘാടനം ചെയ്തതായി പറഞ്ഞുകൊള്ളുന്നു' എന്നൊരൊറ്റ പ്രയോഗംകൊണ്ടോ ഒരു ഉദ്ഘാടനം ശരിക്കും നടന്നതായി സംതൃപ്തമാവാൻ കഴിയില്ല. അവർ ഭദ്രദീപം തിരഞ്ഞുകൊണ്ടേയിരിക്കും! സർക്കാർ ചടങ്ങുകളിൽനിന്ന് മതങ്ങളെ മാറ്റിനിർത്തുമ്പോൾ, വേദികളിൽനിന്ന് നിലവിളക്കും എടുത്തുമാറ്റേണ്ടി വരുമെന്നർഥം വരുംവിധം, ഇ എം എസ് നടത്തിയ അഭിപ്രായത്തോട് മതനിരപേക്ഷവാദികൾക്കൊക്കെയും യോജിക്കേണ്ടിവരും. ഒരു പാവം നിലവിളക്കിൽ ഇത്രയും 'ഗുരുതരമായ' പ്രശ്നമുണ്ടോ എന്ന് സംശയിക്കുന്ന 'നിഷ്കളങ്കർ', ദേശീയത' നിർമിക്കപ്പെടുന്നത്, അനുഷ്ഠാനങ്ങളും ആഘോഷങ്ങളും, ഉൾക്കൊള്ളുന്ന നിരവധി 'ഉപകരണങ്ങൾ' കൊണ്ടാണെന്ന് മറക്കരുത്. സങ്കരസംസ്കാരത്തിലധിഷ്ഠിതമായ, ഇന്ത്യൻ ദേശീയതയുടെ മതനിരപേക്ഷമായ ഉള്ളടക്കത്തിന് മുറിവേൽപ്പിക്കുംവിധമുള്ള, 'ആചാരവിവേചനങ്ങൾ' നിശിതമായ വിശകലനങ്ങൾ നേരിടേണ്ടതുണ്ട്. ഇത്തരമൊരു പശ്ചാത്തലത്തിൽ നിന്നുകൊണ്ടാണ്, 'ഓണം' സംബന്ധിച്ച് കേരളീയ സമൂഹത്തിൽ നടന്ന സംവാദങ്ങളെ തിരിച്ചറിയേണ്ടത്. സ്വാഭാവികമെന്ന രീതിയിൽ നിലനിൽക്കുന്ന 'സ്ഥാപനങ്ങൾ' ചോദ്യവിധേയമാവുമ്പോഴുണ്ടാകുന്ന വൈകാരിക ചൂടുകൾ ആറിത്തണുക്കുമ്പോൾ, ആലോചനാശീലരായ മനുഷ്യരും, സംഘടനകളും ചില ചോദ്യങ്ങളെ അനിവാര്യമായും അഭിമുഖീകരിക്കേണ്ടിവരും. 'ആദിവാസികളുടെയും ദളിതരുടെയും ന്യൂനപക്ഷങ്ങളുടെയും ആഘോഷങ്ങൾക്കും, അനുഷ്ഠാനങ്ങൾക്കും ദേശീയപദവി നൽകണമെന്ന' പുരോഗമന കലാസാഹിത്യ സംഘത്തിന്റെ ഒറ്റവരി പ്രമേയം, അത്യന്തം പ്രസക്തമാകുന്നത് ഇത്തരമൊരു പശ്ചാത്തലത്തിലാണ്.

ദേശീയോദ്ഗ്രഥനമെന്നാൽ സർവരും രാമനാമം ജപിക്കയും ഭസ്മം വാരിപ്പൂശലും തുളസിത്തറയ്ക്ക് വലംവെക്കലും ഭദ്രദീപം കൊളുത്തലും എഴുത്തിനിരുത്തലും ഭൂമിപൂജയിൽ പങ്കെടുക്കലും 'ഓണം'മാത്രം ദേശീയമായി ആഘോഷിക്കലും ജനിച്ചമതത്തിൽമാത്രം തുടരലുമാണെന്ന് കരുതുന്നവരെ മുഴുവൻ പുകസ പ്രമേയം ആഴത്തിൽ പരിക്കേൽപ്പിക്കും. സ്വന്തം വിശ്വാസപ്രമാണങ്ങൾക്കനുസരിച്ച്, പൊതുജനാരോഗ്യത്തിനും ധാർമികതയ്ക്കും മുറിവേൽപ്പിക്കാത്തവിധമുള്ള ഏതാചാരങ്ങളും ആർക്കും പാലിക്കാനവകാശമുണ്ട്. എന്നാൽ സർക്കാർ, ഇതിലേതെങ്കി

ലുമൊന്നിന്റെ 'പ്രമോട്ടർ' മാത്രമായോ, ഇതെല്ലാറ്റിന്റെയും പ്രമോട്ടറായോ പെരുമാറുന്നത്, മതനിരപേക്ഷ നിലപാടുമായി പൊരുത്തപ്പെടുന്നതല്ല. എന്നാലിന്നത്തെ ഇന്ത്യൻ മതനിരപേക്ഷത പിന്തുടരുന്ന മതസൗഹാർദ കാഴ്ചപ്പാടിനോടെങ്കിലും നീതി പുലർത്തണമെങ്കിൽ വിവേചനരഹിതമായി സർവ മതാനുഷ്ഠാനങ്ങൾക്കും പ്രാതിനിധ്യം നൽകേണ്ടതുണ്ട്. നമ്മുടെ മതസൗഹാർദ സദസുകളെ സജീവമാക്കുന്ന ഒരു പൂജാരി-മൗലവി പാതിരി...' മോഡലെങ്കിലും സർക്കാർ നേതൃത്വത്തിലുള്ള അനുഷ്ഠാനങ്ങളിൽ, 'മിനിമം' ഉണ്ടാവേണ്ടതുണ്ട്. ഒരർഥത്തിൽ 'മുടന്തുന്ന മതനിരപേക്ഷത' സ്വയം ചുമക്കേണ്ട ഒരു പരിമിതയെന്ന നിലയിലാണെങ്കിൽപോലും, ദീൻ ഇലാഹി' മട്ടിൽ സമ്മിശ്രമോ, ഓരോ അനുഷ്ഠാനത്തിനും ഊഴം അനുവദിക്കുംവിധം, അവസരസമത്വമോ ഔദ്യോഗിക ചടങ്ങളുകളിൽ പാലിക്കപ്പെടേണ്ടതുണ്ട്. 'സാംസ്കാരിക ദേശീയത'യെന്ന ഇന്ത്യൻ ഫാസിസത്തിന്റെ കാര്യപരിപാടി പൊളിക്കാനുതകുംവിധം, വൈവിധ്യപൂർണമായ ഇന്ത്യയുടെ, 'സങ്കരസംസ്കാരം' ശക്തിപ്പെടുത്താനുള്ള നിരവധി വഴികളിലൊന്നായി ഇതും സ്വീകരിക്കപ്പെടേണ്ടതുണ്ട്.

വംശഹത്യ നടന്ന ഗുജറാത്തിലും തുടരുന്ന ഒറീസ്സയിലും ഭരണകൂടവുമായി ബന്ധപ്പെട്ട, രാഷ്ട്രീയ സമൂഹം, 'സങ്കരസംസ്കാരത്തിന്റെ' അഭാവംകൊണ്ടാണ് ശ്രദ്ധേയമാവുന്നത്. അവിടങ്ങളിൽ സർക്കാർ ആഭിമുഖ്യത്തിൽ നടക്കുന്ന സർവവും 'സവർണമയമാണ്'. ഒറീസയിലെ പ്രശസ്തമായ സംസ്കൃതിഭവന്റെ 'ശിലാസ്ഥാപന കർമം' മാത്രമല്ല 'ഭൂമിപൂജ'യും നിർവഹിച്ചിരിക്കുന്നത് അന്നത്തെ മുഖ്യമന്ത്രി ബിജുപട്നായിക്കാണ്. കേരളത്തിലെന്തായാലും ശിലാസ്ഥാപന കർമത്തോടനുബന്ധിച്ച് 'ഭൂമിപൂജ'കൂടി നടത്തിയതായി ഒരു സാംസ്കാരിക കേന്ദ്രത്തിലും രേഖപ്പെടുത്തിയത് കാണാൻ കഴിഞ്ഞിട്ടില്ല. കേരളീയ നവോത്ഥാന മൂല്യങ്ങളുടെ കരുത്താണതിനെ തടഞ്ഞത്. എന്നാൽ മിക്ക ഉത്തരേന്ത്യൻ സംസ്ഥാനങ്ങളും സജീവമായൊരു നവോത്ഥാന പ്രക്രിയയിലൂടെ കടന്നുപോയിട്ടില്ല. പരിമിതമായ തോതിലെങ്കിലും അവിടെ പടരാനാരംഭിച്ചിരിക്കുന്ന നവോത്ഥാന ശ്രമങ്ങൾക്ക് തടയിടാനുള്ള ശ്രമങ്ങളുടെ ഭാഗമായി കൂടിയായാണ് വംശഹത്യകൾ അടിച്ചേൽപ്പിക്കപ്പെടുന്നത്.

'ഭദ്രദീപംപോലെ' ഭൂമിപൂജയും സെക്കുലറാണെന്ന് കരുതുന്നവർ ഇത് സംബന്ധിച്ച് പ്രമുഖ ഇന്ത്യൻ നിയമവിദഗ്ധനായ താഹിർ മുഹമ്മദും സാമൂഹ്യശാസ്ത്ര ഗവേഷകയായ മീരാനന്ദയും എഴുതിയത് വായിക്കണം. വന്ദനശിവ ഒരു സംഘപരിവാർ വേദിയിൽ ഭദ്രദീപം തെളിച്ച് ഉദ്ഘാടനം ചെയ്ത പ്രതിലോമ പ്രത്യയശാസ്ത്രത്തെക്കുറിച്ചാണ് മീരാനന്ദ എഴുതിയതെങ്കിൽ, താഹിർ മുഹമ്മദ് സ്വന്തം അനുഭവം തന്നെയാണ് വിശദീകരിച്ചത്.'1991ലെ ഒരു വസന്തകാലത്തെ സുന്ദര സായംകാലത്ത് ഡൽഹി യൂണിവേഴ്സിറ്റി സൗത്ത് കാമ്പസിൽ ഞാൻ ഒരു അപൂർവ പരിപാടിക്ക് സംബന്ധിച്ചു. ഒരു വലിയ മണ്ഡപത്തിന്നരികെ

ഒരു പൂജാരി ഇരിക്കുന്നു. പൂജാസാമഗ്രികൾ ചുറ്റും നിരത്തിവെച്ചിട്ടുണ്ട്. അദ്ദേഹം മന്ത്രങ്ങൾ ഉരുവിടുന്നു. ചുറ്റും അനേകംപേർ ഇരിക്കുന്നുണ്ട്. അവരുടെ നെറ്റിയിലും ദേഹത്തിലും വലിയ കുറികൾ തൊട്ടിരിക്കുന്നു. ഇവരെല്ലാം ഞാൻ അറിയുന്നവർ തന്നെ. ക്ഷണിക്കപ്പെട്ടതുകൊണ്ടാണ് ഞാൻ അവിടെയെത്തിയത്. അവരെന്നോട് അവിടെ നടക്കുന്ന മതചടങ്ങുകളിൽ ഭാഗഭാക്കാവാൻ പറഞ്ഞു. ഏതെങ്കിലും വിവാഹ മണ്ഡപത്തിൽ സ്ഥലം മാറിക്കയറിയോ എന്ന ശങ്ക എന്റെ ഉള്ളിലുണർന്നു. ഇല്ല, അത് ശരിയായ സ്ഥലം തന്നെയായിരുന്നു. ലോ ഫാക്കൽറ്റിയുടെ തറക്കല്ലിടൽ വേളയായിരുന്നു അത്. ഭൂമിപൂജ നടത്തിയിരുന്നത് എന്റെ സുഹൃത്തുക്കളും വിദ്യാർഥികളുമായിരുന്നു. രാജ്യത്തെ സമകാലികരായ നിയമപണ്ഡിതർ. ഒപ്പം വരും തലമുറയും. യുണിവേഴ്സിറ്റി വൈസ് ചാൻസലറായിരുന്ന ഉപേന്ദ്ര ബക്സിയാണ് തറക്കല്ലിട്ടത്. ഞാൻ ഇതിനെ എതിർത്തില്ല. എന്റെ കൂട്ടുകാരോടൊത്ത് ചേർന്നു. എന്നാൽ ആ സംഭവം ഇന്നും പച്ചയായി എന്റെ മനസിലുണ്ട്. അത് പലപ്പോഴും ചോദ്യങ്ങൾ എയ്തുവിടുന്നു.'

കേരളീയ നവോത്ഥാനം കത്തിനിന്ന നാളുകളിൽ, മദൻ മോഹൻ മാളവ്യ, ഒരു സമ്മേളന വേദിയിൽവെച്ച് ഉത്തരേന്ത്യൻ പതിവനുസരിച്ച് രാമന് സിന്ദാബാദ് വിളിക്കാനാവശ്യപ്പെട്ടപ്പോൾ, രാവണന് സിന്ദാബാദ് വിളിച്ച് മാളവ്യയുടെ പുനരുത്ഥാന കാഴ്ചപ്പാടിന് പൊള്ളലേൽപ്പിച്ച കേരളീയ നവോത്ഥാന പാരമ്പര്യവും വേലിയിറക്ക പ്രവണതകളാണ് ഇപ്പോൾ പ്രകടിപ്പിച്ചുകൊണ്ടിരിക്കുന്നത്. 'എല്ലാ ഉത്സവങ്ങളും എല്ലാവർക്കും' എന്നും, ഇന്ന് ഇന്ത്യയിലുള്ള എല്ലാ ജനവിഭാഗങ്ങളും ഇന്ത്യൻ ദേശീയ ജനവിഭാഗങ്ങളായതിനാൽ, അവരുടെയല്ലാം അനുഷ്ഠാനങ്ങൾക്കും ആഘോഷങ്ങൾക്കും ദേശീയ പദവിക്ക് അർഹതയുണ്ടെന്നും ഓണത്തെ ദേശീയോത്സവമായി അറുപതുകളിൽ പ്രഖ്യാപിച്ചെങ്കിലും ഇപ്പോൾ പോലും അതിൽ വ്യത്യസ്ത സാമൂഹ്യവിഭാഗങ്ങൾ പങ്കെടുക്കുന്നത് വ്യത്യസ്ത വിധത്തിലാണെന്നും അതിലൊരപാകതയുമില്ലെന്നും ഇതൊരു ഉത്സവത്തിന്റെ പ്രശ്നമെന്നതിനേക്കാൾ, ഇന്ത്യൻ ദേശീയതയുടെ ഉള്ളടക്കവുമായി ബന്ധപ്പെട്ട പ്രശ്നമാണെന്നും വിമർശനാത്മകമായി അവതരിപ്പിച്ച എന്നെ, 'വിമർശനാത്മക ചിന്ത'യുമായി ഒരു തരത്തിലും പൊരുത്തപ്പെടാത്ത അസഹിഷ്ണുതയോടെയാണ് പലരും നേരിട്ടത്! എന്നാൽ ഒറീസയിൽ ക്രിസ്തുമസ് ആഘോഷങ്ങൾക്ക് സംഘപരിവാർ വിലക്കേർപ്പെടുത്തിയ സന്ദർഭത്തിൽതന്നെ, കേരളത്തിൽ നടന്ന സാംസ്കാരിക സംവാദങ്ങളിൽനിന്ന് ശക്തി സംഭരിച്ചുകൊണ്ട്, പുകസ കീഴാളരുടെ ആഘോഷങ്ങൾക്ക് ദേശീയപദവി നൽകണമെന്ന് സർക്കാരുകളോട് ആവശ്യപ്പെട്ടതോടെ, കേരളത്തിൽ പുതിയൊരു 'സമരമുഖം' പതുക്കെ തുറക്കപ്പെട്ട് കഴിഞ്ഞിരിക്കുന്നു. സൂക്ഷ്മാർഥത്തിൽ 'വംശഹത്യാസാദ്ധ്യത'കളെതന്നെ ഇല്ലാതാക്കുംവിധമുള്ള ഒരു സാംസ്കാരികാന്തരീക്ഷം സൃഷ്ടിക്കപ്പെടണമെങ്കിൽ, നിരന്തരമായ 'സാംസ്കാരിക സമ

രങ്ങൾ' അനിവാര്യമാണ്. 'നാം ഭൂതകാലത്തെ മറിച്ചിട്ടിരിക്കുന്നു, പക്ഷേ, നാമതിനെ മറികടന്നിട്ടില്ലെന്ന് ലെനിൻ, 'മുത്താകുംമുമ്പ് ഒരു മഞ്ഞുതുള്ളിക്ക് കടമ്പകളേറെ കടക്കാനുണ്ടെന്ന്' മീർസാ ഗാലീബ്.

ഞങ്ങൾക്കൊരാളെ അവിടുന്ന് കിട്ടി എന്നോർത്ത് തുള്ളുന്നവരും ഞങ്ങളുടെ ഒരാൾ ഇവിടന്ന് കുറഞ്ഞു എന്നോർത്ത് പിടയുന്നവരും മതപരിവർത്തനത്തിനുമുമ്പ് ഒരു വ്യക്തി അനുഭവിക്കാവുന്ന പിടച്ചിലിനെക്കുറിച്ച് ഓർക്കുന്നേയില്ല. സ്വന്തം മതങ്ങളുടെ കോളങ്ങളിൽ ലാഭനഷ്ടങ്ങളുടെ കണക്കെഴുതുന്നവർ വ്യക്തികളുടെ മതപരിവർത്തനത്തിനുള്ള അവകാശങ്ങളെ ആദരിക്കുന്നേയില്ല. മതപരിവർത്തനമെന്നത്, ഇവിടന്ന് അങ്ങോട്ട് പോവലോ അവിടുന്ന് ഇങ്ങോട്ട് വരലോ അല്ലെന്നും, ഒരു വ്യക്തിയുടെ അഗാധമായ ആവിഷ്കാരമാണെന്നും അവരറിയുന്നേയില്ല.

ഒറീസയിലെ വംശഹത്യക്ക് കാരണം മതപരിവർത്തനമല്ല, "മൃഗപരിവർത്തന"മാണ്. മനുഷ്യരിലൊരു വിഭാഗം 'മൃഗമായി' മാറുമ്പോഴാണ്, ഗുജറാത്തെന്നപോലെ 'ഒറീസകളും' ഉണ്ടാവുന്നത്.

ആജീവനാന്തം മനുഷ്യരൊക്കെയും പിറന്ന മതത്തിൽ തന്നെ കഴിഞ്ഞുകൂടണമെന്ന് ആരും ആരുമായും കരാറുണ്ടാക്കിയിട്ടില്ല. ഹിന്ദുമതത്തിൽനിന്നോ ഇസ്ലാം മതത്തിൽനിന്നോ ഒരാൾ മാറി ക്രിസ്തുമതം സ്വീകരിച്ചാൽ ഹിന്ദുമതത്തിനോ ക്രിസ്തുമതത്തിനോ ഒരപകടവും സംഭവിക്കാൻ പോകുന്നില്ല. മാതൃമതത്തിലേക്ക് തിരിച്ചുകൊണ്ട് വരുന്നതിനെ 'ശുദ്ധികർമ്മ'മെന്ന് വിശേഷിപ്പിക്കുമ്പോൾ, മനുഷ്യസംസ്കാരമാകെ തരിശാകും. പിന്നെയതിൽനിന്നും ഉറവകൾ ചിരിക്കുകയില്ല. ഒരിക്കൽ 'മാതൃമത'ത്തോട് വിടചോദിച്ചയാൾക്ക് വീണ്ടും ആ മതത്തിലേക്ക് തിരിച്ചുവരാൻ അവകാശമുണ്ട്. അതവരുടെ തിരിച്ചറിയലിൽ വെച്ചാണ് തളിർക്കേണ്ടത്. അല്ലാതെ ആരെങ്കിലും അടിച്ചേൽപ്പിക്കുന്ന 'ശുദ്ധികർമങ്ങളിൽ' വെച്ചല്ല. മനുഷ്യജീവിതത്തെ ശുദ്ധം/അശുദ്ധം തുടങ്ങിയ അവസ്ഥകളിലേക്ക് സങ്കോചിപ്പിക്കുമ്പോൾ, നവോത്ഥാനം അടിച്ചോടിച്ച അയിത്തമാണ് ശുദ്ധികർമത്തിലൂടെ തിരിച്ചുവന്ന് ആനന്ദനൃത്തം ചവിട്ടുന്നത്. മതപരിവർത്തനത്തെ അശുദ്ധമെന്ന് മുദ്രകുത്തി ആക്രമിക്കുന്നതിനുപകരം മൗലികമായൊരു ആദർശമാറ്റം എന്ന നിലയിൽ ഗൗരവമായി അപഗ്രഥിക്കുകയാണ് വേണ്ടത്. 'ഒറീസ്സ' ഏറെ കടപ്പെട്ടിരിക്കുന്ന മൈക്കൽ മധുസൂദൻദത്ത് മുതൽ ഇന്ത്യ ഏറെ കടപ്പെട്ട അംബേദ്ക്കർ വരെ മതം മാറിയത്. സ്വയം അശുദ്ധരാവാൻ വേണ്ടിയായിരുന്നു എന്ന് തീവ്ര ശുദ്ധിവാദികൾപോലും ഇന്ന് വാദിക്കുമെന്ന് തോന്നുന്നില്ല. മതേതരത്വമെന്നുള്ളതുകൊണ്ട് വിവക്ഷിക്കുന്നത്, ഇഷ്ടമുള്ള മതം സ്വീകരിക്കാനും തിരസ്കരിക്കാനുമുള്ള അവകാശം മാത്രമല്ല, അത് പ്രചരിപ്പിക്കാനുള്ള അവകാശം കൂടിയാണ്.

ഒറീസയിലെ ഇന്ത്യൻ ജനതയിലൊരുവിഭാഗമായ ക്രിസ്തുമതവിശ്വാസികളോട് സ്വന്തം മതവിശ്വാസം ഉപേക്ഷിക്കണമെന്നാണ് ഒരു സങ്കുചിത രാഷ്ട്രീയപാർട്ടി കൽപ്പിച്ചിരിക്കുന്നത്! ആശയങ്ങൾ പൂഴ്ത്തി

വെക്കാനുള്ളതല്ല, ചെലവഴിക്കാനുള്ളതാണെന്ന് ജനാധിപത്യം ഉദ്ഘോഷിക്കുമ്പോൾ കെട്ട ആശയങ്ങൾക്ക് ദുർഗന്ധം പരത്താൻ അവസരമൊരുക്കണമെന്നല്ല അർത്ഥമാകുന്നത്. മറിച്ച് [illegible] സർവ ആശയസംഹിതകളും ഉടൻ കുഴിച്ചു മൂടണമെന്ന് ഫാസിസം. മനുഷ്യസ്നേഹികൾ മതപരിവർത്തനത്തെയല്ല, 'പരിവർത്തന വിരുദ്ധ മത സമീപനങ്ങളെയാണ് ചോദ്യം ചെയ്യേണ്ടത്. 'മതം മാറ്റം' അസ്തിത്വത്തെതന്നെ സ്പർശിക്കുന്ന അഗാധമായ ഒരാവിഷ്കാരമാണ്. അതുകൊണ്ടാണ് ബാലചന്ദ്രൻ ചുള്ളിക്കാടിന്റെയും മാധവിക്കുട്ടിയുടെയും മതം മാറ്റം പോലും ഒരു കവിതയായി 'കേരളം കണ്ടത്'. എന്നാൽ ഒറീസയിലെ പത്രപ്രവർത്തകരിൽ ഒരു വിഭാഗം മതം മാറ്റത്തെ രാജ്യദ്രോഹപ്രവർത്തനമായാണ് വീക്ഷിക്കുന്നത്. ഒറീസയുടെ തലസ്ഥാനമായ ഭുവനേശ്വറിൽപോലും, 'കന്ദമാൽ വൈറസ്' വ്യാപകമാണെന്ന് സന്ദർശനത്തിന്നിടയിൽ ഞങ്ങൾ വേദനയോടെ തിരിച്ചറിഞ്ഞു. തകർക്കപ്പെട്ട ചർച്ചുകൾക്ക് മുകളിൽ ഔന്നത്യപൂർവം ഇപ്പോഴും പറക്കുന്ന കാവിക്കൊടികൾ ഒറീസാ പോലീസ് ഇന്ന് അഴിച്ചു മാറ്റിയില്ലെങ്കിലും കരുത്തരായി തീരുന്ന കന്ദമാലിലെ ആദിവാസി കുട്ടികൾ 'നാളെയെങ്കിലും' അത് ചെയ്തേക്കുമെന്ന് മനസ്സ് പറയുന്നുണ്ട്. എന്നാൽ വിഷലിപ്തമായ ആശയങ്ങളെ ആശയങ്ങൾകൊണ്ട് തന്നെ നിലംപരിശാക്കുന്ന സാസ്കാരിക പ്രബുദ്ധതയുടെ സൂര്യൻ കന്ദമാലിന്റെ ആകാശത്തിൽ എന്നുദിക്കുമെന്ന്, ഉറപ്പിച്ച് പറയാൻ ഇപ്പോൾ കഴിയുന്നില്ല. ഇരകളോട് ആഭിമുഖ്യം പങ്കുവെക്കാത്ത 'പ്രത്യയശാസ്ത്രങ്ങളൊക്കെയും, വെറും പീഡനയന്ത്രങ്ങൾ മാത്രമെന്ന്' മനുഷ്യർ തിരിച്ചറിയാതിരിക്കുമ്പോഴാണ്, ജീവിതത്തിലാകെ ഇരുൾ പരക്കുന്നത്. അപ്പോഴാണ് ഇന്ത്യയിൽ ഗുജറാത്തുകളും ഒറീസകളുമുണ്ടാകുന്നത്.

സവർണ അനുഷ്ഠാനങ്ങളൊക്കെയും സൂക്ഷ്മാർഥത്തിൽ, ഒരു തരം 'ശുദ്ധികലശ'ത്തിനുള്ള പരിശീലനക്കളരിയാണ്.

ഓടിയൊളിക്കാൻ കാടുകളില്ലായിരുന്നെങ്കിൽ, ഒറീസയിലെ കന്ദമാൽ ജില്ല മൃതദേഹങ്ങൾകൊണ്ട് നിറയുമായിരുന്നു. കാട്ടിലെ ക്രൂരജന്തുക്കൾ അവസരത്തിനൊത്ത് ഉയർന്നിട്ടില്ലെങ്കിലും അങ്ങനെ സംഭവിക്കുമായിരുന്നു! നരിയും പുലിയും 'വംശഹത്യാരോഗം' ബാധിച്ച മനുഷ്യരേക്കാൾ നന്നായി പെരുമാറിയതുകൊണ്ട് മാത്രമാണ് അങ്ങനെ സംഭവിക്കാതെ പോയത്. എങ്കിലും നിങ്ങൾ മൃഗങ്ങളും ഞങ്ങൾ മനുഷ്യരുമാണല്ലോ! നിങ്ങൾ എത്ര നന്നായാലും വെറും മൃഗങ്ങൾതന്നെ. ഞങ്ങൾ എത്ര ചീത്തയായാലും മനുഷ്യരും!

13

മതം മാറിയാലെന്താ?

തന്റെ പ്രിയനെയും മക്കളെയും ചുട്ടുകൊന്നവർക്ക് ഗ്രഹാംസ്റ്റെയിൻസിന്റെ ഭാര്യ മാപ്പ് കൊടുത്തു. ഒമ്പത് വർഷങ്ങൾക്കു മുമ്പ് ഒറീസയിലെ 'മനോഹർപൂർ' എന്ന ഗ്രാമത്തെ ഭീകരതയുടെ പര്യായമാക്കിയ ഒരു നിഷ്ഠൂരതയുടെ അലറിവിളിക്കുന്ന കൊലസ്മരണകളെ അവർ കീഴടക്കിയത് അതിരുകളില്ലാത്ത കാരുണ്യംകൊണ്ടായിരുന്നു. ഫാസിസ്റ്റ് പ്രത്യയശാസ്ത്രത്തിന് കീഴ്പ്പെട്ട് ആ ക്രൂരകർമ്മം നിർവഹിച്ച ധാരാസിങ്ങും സംഘവും ഗ്രഹാംസ്റ്റെയിൻസിന്റെ സഹധർമ്മിണിയുടെ ആർദ്രതയുടെ ആഴംകണ്ട് അമ്പരന്ന് പോയിരിക്കണം. ഓസ്ട്രിയയിൽനിന്നും ഇന്ത്യയിലേക്ക് വന്നവരായിട്ടും അവർക്ക് 'ഇന്ത്യ'ക്കാരേക്കാൾ വലിയ ഇന്ത്യാക്കാരായി മാറാൻ കഴിഞ്ഞത്, 'മനുഷ്യർ എവിടെയായാലും മനുഷ്യരാണെന്ന' മാനവികതയുടെ ഔന്നത്യങ്ങളിലേക്കവർക്കുയരാൻ കഴിഞ്ഞതുകൊണ്ടാവണം. 'എങ്ങു മനുഷ്യന് ചങ്ങല കൈകളിൽ, അങ്ങെൻ കൈകൾ നൊന്തീടുകയാണെന്ന്' അവർ സ്വജീവിതംകൊണ്ടാണ് സാക്ഷ്യപ്പെടുത്തിയത്. സമ്പന്നർക്കിടയിലല്ല, സർവരാലും ഉപേക്ഷിക്കപ്പെട്ട മനുഷ്യർക്കിടയിലാണവർ, അവരിലൊരാളായി ജീവിച്ചത്. അശോക്സിംഗാൾ മുതൽ തൊഗാഡിയവരെയുള്ള വിശ്വഹിന്ദുനേതാക്കന്മാരേപോലെ, അവരാർക്കെതിരെയും ആക്രോശിച്ചിരുന്നില്ല. അത്ഭുതങ്ങൾ കാട്ടി അവരാരെയും വിഭ്രമിപ്പിച്ചിരുന്നില്ല. അവർ നിർവഹിച്ച നിരന്തരമായ സേവനപ്രവർത്തനങ്ങൾ നിമിത്തം, പീഡിതരായ ജനങ്ങൾക്കവരോട് ആഭിമുഖ്യം തോന്നിയെങ്കിൽ, അവരിലൊരുവിഭാഗം, സ്വന്തം മനസാലെ ക്രിസ്തുമതത്തിൽ ചേർന്നെങ്കിൽ അതിലിത്ര അരിശപ്പെടാനെന്താണുള്ളത്?

പട്ടിണിയുടെ ഏറ്റവും ദയനീയ കാഴ്ചകൾക്ക് സാക്ഷിയായി നിൽക്കുന്ന ഒറീസയിലെ 'ആദിമജനതയോട്' 'പശുവിറച്ചി' തിന്നരുത്

എന്നാജ്ഞാപിക്കുന്ന 'സംഘപരിവാർ' സംഘടനകൾ, വിശന്നുവലഞ്ഞൊരു സന്ദർഭത്തിൽ, മഹാനായ വിശ്വാമിത്ര മഹർഷിപോലും, ഒരു 'പറയക്കുടിലിൽ നിന്ന്' പശുവിറച്ചി മോഷ്ടിച്ച് കഴിക്കാനിടയായ കാര്യം മറക്കുകയാണ്. 'വിശന്നുമരിക്കുന്ന കുഞ്ഞുങ്ങൾക്കു മുമ്പിൽ പുസ്തകങ്ങൾക്കെന്ത് വില' എന്ന് ചോദിച്ചപ്പോൾ ഴാങ്പോൾ സാർത്ര്'പുസ്തകത്തെ' തള്ളിക്കളയുകയായിരുന്നില്ല. തെരുവിൽ വിശന്ന് മരിക്കുന്ന ഒരു പട്ടിക്ക് ഭക്ഷണം കൊടുക്കാത്ത ഒരു മതത്തിൽ ഞാൻ വിശ്വസിക്കുന്നില്ലെന്ന് പറഞ്ഞപ്പോൾ, വിവേകാനന്ദൻ മതത്തെ തോട്ടിലേക്ക് വലിച്ചെറിയുകയായിരുന്നില്ല. വിശക്കുന്നവന്റെ മുമ്പിൽ ദൈവം അപ്പത്തിന്റെ രൂപത്തിലാണ് പ്രത്യക്ഷപ്പെടുക എന്ന് പറഞ്ഞപ്പോൾ മഹാത്മാഗാന്ധി 'മഹത്തായ ദൈവസങ്കൽപ്പ'ത്തെ വെറുമൊരു അപ്പത്തിലേക്ക് വെട്ടിച്ചുരുക്കുകയായിരുന്നില്ല. മറിച്ച് 'മതം നിലനിൽക്കണമെങ്കിലും മനുഷ്യർക്ക് ഒരു മതത്തിൽനിന്ന് മറ്റൊരു മതത്തിലേക്ക് മാറണമെങ്കിലും മനുഷ്യരാദ്യം നിലനിൽക്കണമല്ലോ എന്നവരൊക്കെയും ഒരു പിടച്ചിലോടെ തിരിച്ചറിയുകയായിരുന്നു. സംഘപരിവാർ ശക്തികൾക്ക് ഇതൊന്നും പ്രശ്നമല്ല. അവരാകെക്കൂടെ അന്വേഷിക്കുന്നത് 'ആദിവാസികൾ' മരിക്കുന്ന സമയത്തെങ്കിലും 'ഹിന്ദുക്കളായിരുന്നോ' എന്ന് മാത്രമാണ്. അവർ ജീവിച്ചിരുന്ന നേരങ്ങളിൽ എത്ര സമയമവർക്ക് ഒരു ശരാശരി മനുഷ്യന്റെ ജീവിതം നയിക്കാൻ കഴിഞ്ഞിരുന്നുവെന്നവർ അന്വേഷിക്കുന്നില്ല.

മിഷണറി പ്രവർത്തനം സമം നിർബന്ധിത മതംമാറ്റം എന്ന സമവാക്യം, ഇന്ത്യൻ സവർണത സൃഷ്ടിച്ച ഒരു മിത്താണ്. 'നമുക്ക് സന്യാസം നൽകിയത് ബ്രിട്ടീഷുകാരാണ്' എന്ന ശ്രീനാരായണഗുരുവിന്റെ പ്രസ്താവന മുതൽ, 'ഞാൻ ഹിന്ദുവായി ജനിച്ചു, പക്ഷേ ഹിന്ദുവായി മരിക്കുകയില്ല' എന്ന അംബേദ്കറുടെ പ്രഖ്യാപനംവരെ, മതപരിവർത്തനത്തിന്റെ രാഷ്ട്രീയത്തിലാണ് ചെന്നു തട്ടുന്നത്. ഇന്ത്യൻ സാമൂഹ്യ മുന്നേറ്റത്തിന്റെ ഒരധ്യായമെങ്കിലുമായി മതപരിവർത്തനത്തെ നമ്മുടെ ചരിത്രത്തിന് നിർബ്ബന്ധമായും അടയാളപ്പെടുത്തേണ്ടിവരും.

കീഴാളർ സ്വന്തം ആത്മബോധം ആവിഷ്കരിക്കാൻ സ്വീകരിച്ച ആദ്യകാല 'അവികസിത സമരരൂപ'ങ്ങളിലൊന്നായിരുന്നു മതപരിവർത്തനം. മിഷണറിമാർ താഴ്ന്ന ജാതിക്കാരെ തേടുകയല്ല, താഴ്ന്ന ജാതിക്കാർ മിഷണറിമാരെ തേടുകയാണ് ചെയ്തതെന്ന് റോബിൻ ജെഫ്രി. മതതത്വങ്ങളുടെ മഹത്വമല്ല ജീവിത സങ്കടങ്ങളുടെ സമ്മർദ്ദമാണ് കീഴാളജനതയുടെ കൂട്ടമതംമാറ്റത്തിന്റെ കാരണം. മതപരിവർത്തനംവഴി അടിമക്കമ്പോളങ്ങളിൽ മൃഗങ്ങളെപ്പോലെ കഴിഞ്ഞിരുന്നവർ പരിമിതമായ തോതിലെങ്കിലും മനുഷ്യരായി മാറുകയായിരുന്നു. ആദ്യത്തെ ക്രിസ്തുമതപരിവർത്തനം എന്ന് കുന്നുകുഴി എസ് മണി വിവരിക്കുന്ന സംഭവം നടക്കുന്നത് 1854ലാണ്. ഒരു പുലയനെ കാളയോടൊപ്പം നുകത്തിൽ വെച്ചുകെട്ടി നിലം ഉഴുന്നത് കണ്ട കോക്സവർ എന്ന യൂറോപ്യൻ പാതിരിയാണ് ആ പുലയനെ ആബേൽ എന്ന് പേരിട്ട് ക്രിസ്തുമതത്തിൽ

ചേർത്തത്. *(പൊലയർ നൂറ്റാണ്ടുകളിൽ*–ചരിത്രപഠനം). കേരളീയ നവോത്ഥാന ചരിത്രത്തിലെ ഇതിഹാസങ്ങളിലൊന്നെന്ന് വിശേഷിപ്പിക്കാവുന്ന, അധ:സ്ഥിത സ്ത്രീകളുടെ 'വസ്ത്രസമര'മായി മാറിയ, ചാന്നാർ സമരത്തെ സാധ്യമാക്കിയതിനു പിന്നിൽ മതപരിവർത്തനവും ഒരു പ്രധാന പങ്കു വഹിച്ചിട്ടുണ്ട്. മതപരിവർത്തനം ചെയ്ത പൂതത്താൻ കുട്ടിച്ചാന്നാനും അയാളുടെ ഭാര്യ എശക്കി ചാന്നാട്ടിയും ക്രിസ്ത്യൻ വേഷങ്ങളണിഞ്ഞ് അവരുടെ പഴയ യജമാനനായ മാടൻ പിള്ളയുടെ അരികിലെത്തി ക്രിസ്തു മതധർമ്മത്തെക്കുറിച്ച് വാദപ്രതിവാദം ചെയ്യാനൊരുങ്ങിയതാണ് ലഹളയ്ക്ക് ആരംഭം കുറിച്ചതത്രേ. (*ഇന്നലെ നടന്ന വഴികൾ കേരളചരിത്രം*–ആരോമലുണ്ണി).

'ചാന്നാർ ലഹള' നടത്തിയത് സത്യത്തിൽ മതപരിവർത്തനം ചെയ്ത 'ചാന്നാർമാരല്ല' മറിച്ച് ആചാരം തെറ്റിച്ച് അവർ വസ്ത്രം ധരിച്ചതിൽ അസഹിഷ്ണുക്കളായ സവർണരാണ്. മതം മാറിയതിനേക്കാൾ ആചാരങ്ങൾക്ക് മുറിവേൽപ്പിച്ചതാണ് അവരെ പ്രകോപിതരാക്കിയത്. തെരുവിൽവെച്ച് സ്ത്രീകളുടെ വസ്ത്രം വലിച്ചുകീറിക്കൊണ്ടാണ് അവർ ആചാരപാലനത്തിന് ഉത്സുകരായത്. അന്നത്തെ ദിവാൻ വെങ്കിട്ടറാവു സവർണരുടെ വസ്ത്രം വലിച്ചുകീറൽ സമരത്തിന് അനുകൂലമായിരുന്നു. മുലമറച്ച് നടക്കാൻ അവകാശമില്ലെന്ന് അയാൾ ഉത്തരവിറക്കി. ശീലവഴക്ക്, മേൽമുണ്ട് വഴക്ക്, മുലമാറാപ്പുവഴക്ക്, ചാന്നാർ ലഹള എന്നിങ്ങനെ വ്യത്യസ്ത പേരുകളിൽ അറിയപ്പെടുന്ന ഈ സമരത്തെ അധ:സ്ഥിതർ എങ്ങനെയാണ് ഉൾക്കൊണ്ടതെന്നറിയാൻ സി കേശവൻ നൽകുന്ന വിവരണം സഹായിക്കും. 'ഈ സ്വാതന്ത്ര്യ സമരം.....ഇതിൽ ആഹ്ലാദിച്ച് എന്റെ ഒരു മാതാമഹി നിരവധി ഈഴവപ്പെണ്ണുങ്ങൾക്ക് മുലമറയ്ക്കാൻ ഒട്ടേറെ നേര്യതുകൾ സൗജന്യമായി നൽകുകയുണ്ടായി.' *(ജീവിതസമരം)*. ഒരർഥത്തിൽ 'ഇന്ത്യൻ കീഴാളസമൂഹം' നയിച്ച 'സ്വാതന്ത്ര്യം നേടിയെടുക്കാനുള്ള സാംസ്കാരിക പ്രവർത്തനം എന്ന രീതിയിൽ മതപരിവർത്തനത്തെ നോക്കിക്കാണുന്നതാവും പ്രസക്തം.

സംഘപരിവാർ ശക്തികളോട് വിയോജിക്കുന്ന ജനാധിപത്യവാദികളും മതരഹിതരും വിഗ്രഹഭഞ്ജകരുമടങ്ങുന്ന ഒരു വലിയ വിഭാഗം, മതപരിവർത്തനത്തെ വലിയൊരു ഭീഷണിയായാണ് ഇന്നും കാണുന്നത്! ഓരോരുത്തരും ഇഷ്ടമുള്ള ഭക്ഷണം കഴിക്കുന്നതുപോലെ, ഇഷ്ടമുള്ള മതം സ്വീകരിക്കുകയോ ഒന്നിനോടും ഇഷ്ടമില്ലെങ്കിൽ എല്ലാം തിരസ്കരിക്കുകയും ചെയ്തുകൊള്ളട്ടെ എന്ന സമീപനം, 'വിഗ്രഹഭഞ്ജകർ' എന്നു വാഴ്ത്തപ്പെട്ട ഓഷോവിനെപ്പോലുള്ളവർക്കുപോലും ഉൾക്കൊള്ളാൻ കഴിഞ്ഞില്ലെന്നോർക്കുമ്പോഴാണ്, 'മണ്ണാപ്പേടി പുലപ്പേടി' എന്നിവയ്ക്കൊപ്പം 'മതപ്പേടി' എന്നൊരു ഇനംകൂടി ഇന്ന് ഇന്ത്യയിൽ കൂട്ടിച്ചേർക്കേണ്ടി വരുന്നത്. ഓഷോ എഴുതി: 'ഇന്ന് ഇന്ത്യയിൽ വളരെയേറെ അനാഥരുണ്ട്. കത്തോലിക്കക്കാർക്ക് നല്ല അവസരമാണ്! ആലോചിക്കുമ്പോൾ അത്ഭുതം തോന്നും. മദർതെരേസയെപ്പോലുള്ള സ്ത്രീക്ക്

നോബൽ സമ്മാനം ലഭിക്കുന്നു. ഇന്ത്യൻ സർവകലാശാലകൾ അവർക്ക് നിരവധി ഡോക്ടറേറ്റുകൾ നൽകുന്നു. ഇന്ത്യാ ഗവൺമെന്റ് പുരസ്കാരങ്ങളും ബഹുമതികളും നൽകുന്നു. എല്ലാം അവർ ദരിദ്രരെ സംരക്ഷിക്കുന്നതുകൊണ്ട്. പക്ഷേ ഈ സംരക്ഷണത്തിലും അവർ ദരിദ്രരെ കത്തോലിക്കരായി മതം മാറ്റുകയാണെന്ന കാര്യം ആരും കാര്യമാക്കുന്നില്ല.'

'മദർ തെരേസ'യുടെ സുതാര്യമായ ജീവിതത്തിലാണ് ഓഷോ കരി ഒഴിക്കാൻ ശ്രമിക്കുന്നത്. ഒട്ടും നീതീകരിക്കാനാവാത്ത ഒരു നർമ്മംകൂടി ക്രിസ്ത്യൻ മിഷനറിമാരെക്കുറിച്ച് എഴുതിവെക്കാനും ഓഷോ മറന്നില്ല. 'ക്രിസ്ത്യൻ മിഷണറിമാർ ഈ നാട്ടിൽ വന്നപ്പോൾ ആളുകൾ മനസിലാക്കി, ഇവർക്ക് ഒരൊറ്റ രീതിയിലുള്ള ബന്ധപ്പെടൽ മാത്രമേ അറിയൂ എന്ന്. ലോലാംഗികളായ സ്ത്രീകൾ അടിയിലും കാട്ടുജന്തുക്കൾ മുകളിലും. ഇന്ത്യയിൽ ഇത് 'മിഷണറിരീതി' എന്നറിയപ്പെട്ടു.'

ഗോൾവൽക്കറുടെ *വിചാരധാരയും*, അരുൺഷൂരിയുടെ *മിഷനറിമാരെക്കുറിച്ചുള്ള വിശകലനവും*, ഓഷോവിന്റെ *സെക്സ്നർമ്മ*വും ഒരു മത സാമൂഹ്യ വിഭാഗത്തിന്നെതിരെയുള്ള മുൻവിധികളുടെ നിർമ്മാണത്തിലാണ് വ്യാപൃതമായിരിക്കുന്നത്. ഒറീസയിലെ വംശഹത്യയുടെ വേരുകൾ പലസ്ഥലങ്ങളിലാണ് പടർന്ന് കിടക്കുന്നത്. 'മതം മാറിയാലെന്താ ആകാശം ഇടിഞ്ഞുവീഴുമോ?' എന്ന് ചോദിക്കാൻ മാത്രം തിരിച്ചറിവുള്ള ഒരു സമൂഹത്തിന്റെ പിറവിക്കരച്ചിൽ കേൾക്കാനാണ് നാം കാതോർത്തിരിക്കേണ്ടത്. 'മതമേതായാലും മനുഷ്യൻ നന്നായാൽ മതി' എന്നതിനൊപ്പം 'മനുഷ്യൻ നന്നാവാൻ മനസു നന്നായാൽ മതി' എന്നും ചേർക്കാൻ നമുക്ക് കഴിയണം.

14

ഒറീസയിൽ സംഭവിക്കുന്നതും ഇന്ത്യയിൽ എവിടെയും സംഭവിക്കാവുന്നതും

കെ ഇ എൻ – ഡോ അസീസ് തരുവണ

ചോദ്യം: നമ്മൾ സംസാരിച്ചുകൊണ്ടിരിക്കുമ്പോഴും ഒറീസയിലെ തീ അണഞ്ഞിട്ടില്ല. എന്നു മാത്രമല്ല, മറ്റു സംസ്ഥാനങ്ങളിലേക്കു കൂടി പടർന്നുപിടിച്ചുകൊണ്ടിരിക്കുകയാണ്. സത്യത്തിൽ എന്താണ് ഒറീസാ പ്രശ്നത്തിന്റെ അടിസ്ഥാനം?

കെ ഇ എൻ: ഒറീസയിൽ നടക്കുന്ന ക്രൈസ്തവ ന്യൂനപക്ഷങ്ങൾക്കെതിരെയുള്ള സംഘ് പരിവാർ ഫാസിസ്റ്റ് ആക്രമണങ്ങൾ ഇന്ത്യയിൽ എവിടെയും നടക്കാവുന്നതും നടന്നുകൊണ്ടിരിക്കുന്നതുമായ ഒന്നാണ്. ക്രൈസ്തവ ആക്രമണത്തിന് മൂന്ന് കാരണങ്ങളാണ് സംഘ്പരിവാർ പറയുന്നത്. ഒന്ന്, മതപരിവർത്തനം. രണ്ട്, ഗോമാംസം കഴിക്കുന്നു. മൂന്ന്, ക്രിസ്തുമസ് ആഘോഷിക്കുന്നു. ക്രൈസ്തവർക്കെതിരെ ഉന്നയിക്കുന്ന ഈ പ്രശ്നങ്ങൾ എങ്ങനെ ഒറീസയിലെ മാത്രം പ്രശ്നമാവും? ഈ പ്രശ്നങ്ങൾ ഇന്ത്യയിൽ എവിടെയും ജീവിക്കുന്ന മനുഷ്യർ നാളെ അഭിമുഖീകരിക്കാൻ പോവുന്ന പ്രശ്നങ്ങളാണ്. ഒറീസയിലെ ഗോത്രവർഗക്കാർ മാത്രമല്ല ഗോമാംസം കഴിക്കുന്നത്. ഒറീസയിലെ ക്രിസ്ത്യാനികൾ മാത്രമല്ല ക്രിസ്തുമസ് ആഘോഷിക്കുന്നത്. ക്രിസ്തുമസ് ആഘോഷിക്കരുത് എന്നു പറയുമ്പോൾ ക്രിസ്തുമസ് എന്ന പരിമിതമായ അർഥം മാത്രമല്ല അതിനുള്ളത്. ഇന്ത്യൻ സവർണത നിർദ്ദേശിക്കുന്ന ഉത്സവങ്ങൾക്കപ്പുറമുള്ള ആഘോഷങ്ങൾക്കെതിരെയുള്ള ആക്രോശം അതിലുണ്ട്.

മതപരിവർത്തനം ഏതൊരു ജനാധിപത്യസമൂഹത്തിലും അനുവദിക്കപ്പെട്ട കാര്യമാണ്. അതിനെതിരെയുള്ള പ്രതിലോമപ്രവർത്തനങ്ങൾ ജനാധിപത്യവിരുദ്ധമാണ്. ഒറീസയിൽ ഇപ്പോൾ നടന്നുകൊണ്ടിരിക്കുന്നതും മുമ്പ് പലതവണയായി നടന്നതുമായ ക്രൈസ്തവ ആക്രമ

ണങ്ങൾ മതപരിവർത്തനം എന്ന പ്രശ്നം ഉന്നയിച്ചുകൊണ്ടിരിക്കുന്നു. 1999 –ലെ ഗ്രഹാം സ്റ്റൈൻ വധം ഒരു ഉദാഹരണം മാത്രമാണ്. ഓസ്ട്രിയൻ പൗരനായ സ്റ്റൈൻ ഇന്ത്യക്കാരനെക്കാൾ വലിയ ഇന്ത്യക്കാരനായി മാറിയ ജീവകാരുണ്യപ്രവർത്തകനായിരുന്നു. മതംമാറ്റം അയാളുടെ അജണ്ടയിൽ ഉണ്ടായിരുന്നില്ല. അപ്പോൾ മതപരിവർത്തനമല്ല, കടുത്ത അസഹിഷ്ണുതയാണ് പ്രശ്നം.

ഒരാൾക്ക് ഏതെങ്കിലും മതത്തിൽ വിശ്വസിക്കുവാനും ആ മതത്തിലെ വിശ്വാസം അയാൾക്ക് വേണ്ടത്ര സംതൃപ്തി നൽകുന്നില്ലെങ്കിൽ മറ്റൊന്നിലേക്ക് മാറാനും മതങ്ങൾ ഒന്നും അയാൾക്ക് സംതൃപ്തി നൽകുന്നില്ലെങ്കിൽ മതങ്ങളിൽ നിന്ന് മാറാനും ജനാധിപത്യവ്യവസ്ഥ പൗരന്മാർക്ക് അവകാശം നൽകുന്നുണ്ട്. അതുകൊണ്ട് മതപരിവർത്തനം എന്നത് പൗരാവകാശ പ്രശ്നമാണ്. അത് ഏതെങ്കിലും സംഘടന കനിഞ്ഞുനൽകേണ്ട ഔദാര്യമല്ല.

ചോദ്യം: ഒറീസയിൽ ക്രൈസ്തവമതം സ്വീകരിച്ച ആദിവാസികളെ നിർബന്ധിച്ച് ഹിന്ദുമതത്തിലേക്ക് പരിവർത്തനം ചെയ്യിക്കുന്നതായി വാർത്തകൾ ഉണ്ട്...?

കെ ഇ എൻ: കൊല്ലപ്പെട്ട ലക്ഷ്മണാനന്ദ സരസ്വതിയുടെ നേതൃത്വത്തിൽ രൂപംകൊണ്ട മതപരിവർത്തന വിരുദ്ധ വേദിഎന്ന സംഘടന ഒറീസയിൽ പ്രവർത്തിക്കുന്നുണ്ട്. ഈ സംഘടനതന്നെ ജനാധിപത്യ മതേതര വിരുദ്ധമാണ്. ഭരണഘടനാ തത്ത്വങ്ങൾക്കെതിരെയുള്ള വെല്ലുവിളിയുമാണ്. മുമ്പ് സംഘ്പരിവാർ മതപരിവർത്തന വിരുദ്ധ ബില്ല് ഇന്ത്യൻ പാർലമെന്റിൽ അവതരിപ്പിക്കാൻ ശ്രമിച്ച് പരാജയപ്പെടുകയുണ്ടായി. ഇന്ത്യയിലെ ഒരു ജനാധിപത്യപ്രസ്ഥാനവും അന്ന് ആ ബില്ല് അംഗീകരിക്കുകയുണ്ടായില്ല. കലങ്ങിപ്പോയ ആ ഫാസിസ്റ്റ് മോഹത്തിന്റെ തുടർച്ചയാണ് ലക്ഷ്മണാനന്ദയുടെ സംഘടന. ലക്ഷ്മണാനന്ദയുടെ മതപരിവർത്തന വിരുദ്ധ വേദിയുടെ ആഭിമുഖ്യത്തിൽ ഇപ്പോൾ രണ്ട് കാര്യങ്ങളാണ് ഒറീസയിൽ നടക്കുന്നത്. ഒന്ന്, ക്രൈസ്തവ ഉന്മൂലനം. രണ്ട്, ക്രിസ്തുമതത്തിലേക്ക് മാറിയ ആദിവാസികളെ തിരിച്ച് ഹിന്ദുമതത്തിലേക്ക് മാറ്റൽ. ഒരുഭാഗത്ത് ആദിവാസികളായ മനുഷ്യരുടെ നെറ്റിയിൽ ഭസ്മം വാരിത്തേക്കുന്നതിന്റെയും തലമുണ്ഡനം ചെയ്യുന്നതിന്റെയും ആഘോഷം. മറുഭാഗത്ത് മനുഷ്യമാംസം കത്തിക്കരിഞ്ഞതിന്റെ രൂക്ഷഗന്ധം. ഇതുരണ്ടും ഒരേകൈകൾ കൊണ്ടാണ് നിർവഹിക്കപ്പെടുന്നത് എന്നതാണ് ഇതിലെ ഭീകരത.

ആദിവാസികളെ ഹിന്ദുമതത്തിലേക്ക് നിർബന്ധിച്ച് മതംമാറ്റുമ്പോൾ നാം മറന്നുപോകുന്ന ഒരുകാര്യം, ആദിവാസികൾ ഒരിക്കലും ഹിന്ദുമതത്തിന്റെ ഭാഗമായിരുന്നില്ല എന്ന ചരിത്രയാഥാർഥ്യമാണ്. ദലിത് ചിന്തകന്മാർ നേരത്തെ തന്നെ ചൂണ്ടിക്കാണിച്ച കാര്യമാണിത്. എന്നു മാ

ത്രമല്ല, ഹിന്ദുമതത്തിന്റെ തന്നെ സൈദ്ധാന്തിക ചട്ടക്കൂട് പരിശോധിച്ചാൽ അതിൽ ആദിവാസികൾക്ക് ഇടമില്ലെന്ന് വ്യക്തമാവും. ആദിവാസികളെ തലമുണ്ഡനം ചെയ്തും നെറ്റിയിൽ ഭസ്മം വാരിതേച്ചും മതം മാറ്റുമ്പോഴും ആദിവാസികൾ പറയുന്നത് അവർ ക്രിസ്ത്യാനികളായി തുടരും എന്നാണ്. ഒറീസയിൽ അവശേഷിക്കുന്ന ആദിവാസികൾക്ക് സംഘ് പരിവാർ അന്ത്യശാസനം നൽകിയിരിക്കുകയാണ്. ഞങ്ങൾ നിർദ്ദേശിക്കും വിധം നിങ്ങൾ ജീവിച്ചില്ലെങ്കിൽ വകവരുത്തും എന്ന്. മറ്റൊരു രീതിയിൽ പറഞ്ഞാൽ, ജീവിതം വേണമോ മതപരിവർത്തനം വേണമോ എന്നാണ് ചോദ്യം.

ഇന്ത്യയിലെ ഏറ്റവും ദരിദ്രസംസ്ഥാനങ്ങളിൽ ഒന്നാണ് ഒറീസ. ഒറീസയിലെ ജനങ്ങളിൽ ഏറ്റവും പട്ടിണി അനുഭവിക്കുന്നവരാണ് ആദിവാസികൾ. പട്ടിണി മൂലം ചത്ത എലിയെ വരെ അവർ തിന്നുന്നത് മുമ്പ് പത്രങ്ങളിൽ വാർത്തയായിരുന്നു. അങ്ങനെ എന്തും തിന്ന് എങ്ങനെയെങ്കിലും ജീവൻ നിലനിർത്താൻ ശ്രമിക്കുന്ന ഒരു ജനതയ്ക്കാവശ്യം ഭക്ഷണമാണ്. പകരം ഇന്നത് തിന്നരുത് എന്നാജ്ഞാപിക്കുന്നവർ ഹൃദയശൂന്യരാണ്. തീർച്ചയായും ഗോവധം അനുവദനീയമാണോ അല്ലയോ എന്ന പ്രശ്നം ഉയർത്താൻ സംഘ്പരിവാറിന് അവകാശമുണ്ട്. സംഘ് പരിവാർ വർഷങ്ങളായി ഉന്നയിക്കുന്ന പ്രശ്നം കൂടിയാണിത്. എന്നാൽ അതിൽനിന്ന് വ്യത്യസ്തമായ പശ്ചാത്തലത്തിലാണ് ഇപ്പോൾ ഈ പ്രശ്നം ഉന്നയിക്കപ്പെടുന്നത്. ഒരു ജനത പട്ടിണിമൂലം എന്തും ഭക്ഷിക്കാൻ തയാറാവുന്ന ഘട്ടത്തിൽ നിങ്ങൾ ഗോമാംസം കഴിക്കരുത് എന്ന് പറയുന്നത് കിരാതത്തമാണ്. നിങ്ങൾ പട്ടിണി കിടന്ന് മരിക്കുക എന്നാണ് അതിന്റെ അർഥം.

തൊഗാഡിയയുടെ കുപ്രസിദ്ധമായ ഒരു പ്രസ്താവന, ഇന്ത്യയിലെ ആദ്യത്തെ രാമരാജ്യം ഒറീസയായിരിക്കും എന്നാണ്. ഒറീസയിലെ പ്രശ്നങ്ങൾ, കത്തിക്കുന്നതിൽ തൊഗാഡിയക്കുള്ള പങ്ക് വ്യക്തമാണ്. പാർലമെന്റ് അംഗങ്ങൾക്ക് പ്രശ്നബാധിത പ്രദേശങ്ങൾ സന്ദർശിക്കാൻ ഒറീസാ സർക്കാർ വിലക്ക് ഏർപ്പെടുത്തിയപ്പോൾ തൊഗാഡിയക്ക് എല്ലാവിധ സഹായസഹകരണങ്ങളും നല്കി വംശീയ ഉന്മൂലനത്തിന് പരോക്ഷ പിന്തുണ നൽകുന്ന കാഴ്ചയാണ് നാം കണ്ടത്.

ചോദ്യം: ഇപ്പോൾ ക്രൈസ്തവർക്കെതിരെ നടക്കുന്ന ആക്രമണങ്ങൾക്ക് സംഘ്പരിവാറും മീഡിയയും പറയുന്ന കാരണം ലക്ഷ്മണാനന്ദയുടെ വധമാണ്. ഇതിൽ എത്രമാത്രം ശരിയുണ്ട്?

കെ ഇ എൻ: ലക്ഷ്മണാനന്ദയുടെ വധവും ക്രിസ്ത്യൻ ന്യൂനപക്ഷ വംശഹത്യാശ്രമങ്ങളും തമ്മിൽ നേർക്കുനേർ ബന്ധമില്ല. 2008–ൽ ലക്ഷ്മണാനന്ദയുടെ വധത്തിനു ശേഷമാണ് ക്രൈസ്തവർക്ക് നേരെയുള്ള ആക്രമണം ആരംഭിച്ചതെങ്കിൽ ആ വാദത്തിന് ചെറിയൊരു യു

ക്തിയെങ്കിലും ഉണ്ടാകുമായിരുന്നു. ക്രൈസ്തവർക്ക് നേരെയുള്ള ആക്രമണങ്ങൾ ഒറീസയിൽ വർഷങ്ങളായി തുടരുന്ന കാര്യമാണ്. ആ പീഡനങ്ങളിലെ ഒരു വഴിത്തിരിവായിരുന്നു 1999-ലെ ഗ്രഹാം സ്റ്റെയ്ൻ വധം. വധം നിർവഹിച്ച ദാരാസിംഗിന് ഗ്രഹാം സ്റ്റെയ്നിന്റെ ഭാര്യ ഈയിടെ മാപ്പ് നൽകിക്കൊണ്ട് അവരുടെ സംസ്കാരത്തിന്റെ മഹത്വം പ്രകടിപ്പിക്കുകയുണ്ടായി. എന്നാൽ ഭാരതീയ സംസ്കാരത്തെ പറ്റി വാതോരാതെ സംസാരിക്കുന്നവർക്ക്, ലക്ഷ്മണാനന്ദയുടെ വധത്തെ തുടർന്ന് ക്രൈസ്തവർക്കു നേരെ ആക്രമണങ്ങൾ നടത്തിയതിന്, വധത്തിന്റെ ഉത്തരവാദിത്തം മാവോയിസ്റ്റുകൾ ഏറ്റെടുത്ത പശ്ചാത്തലത്തിലെങ്കിലും മാപ്പ് പറയേണ്ടതാണ്. അതിനുള്ള സംസ്കാരവും ആർജവവും സംഘ് പരിവാറിന് ഇല്ലെന്നതാണ് വാസ്തവം. ഇതു വ്യക്തമാക്കുന്നത് ഗുജറാത്തിലെ വംശഹത്യക്ക് ഗോധ്ര ഏതുവിധത്തിൽ ഉപയോഗപ്പെടുത്തപ്പെട്ടുവോ അതുപോലെ ഒറീസയിൽ ലക്ഷ്മണാനന്ദ വധവും ഉപയോഗപ്പെടുത്തുകയാണ് സംഘ്പരിവാർ ചെയ്തത് എന്നാണ്. ഗുജറാത്തിലെ ഗോധ്ര സംഭവത്തെക്കുറിച്ച് നിരവധി വീക്ഷണങ്ങൾ നിലനിൽക്കുന്നതു പോലെ ലക്ഷ്മണാനന്ദ വധത്തെക്കുറിച്ചും നിരവധി വീക്ഷണങ്ങൾ നിലനിൽക്കുന്നുണ്ട്. അതിൽ സംഘ് പരിവാറിന്റെ ഏകവാദമാണ് മാധ്യമങ്ങൾ സ്വീകരിച്ചത് എന്നത് ഖേദകരമാണ്.

ചോദ്യം: യഥാർഥത്തിൽ ആരായിരുന്നു ലക്ഷ്മണാനന്ദ സരസ്വതി?

കെ ഇ എൻ: ഇയാളുടെ പേരിൽ നിരവധി കേസുകൾ നിലവിലുണ്ട്. ലക്ഷ്മണാനന്ദ ഉന്മത്തനും ഭ്രാന്തനുമായ ഒരു സന്യാസിയാണെന്നാണ് അയാളുടെ കൊലപാതകത്തിന്റെ ഉത്തരവാദിത്തം ഏറ്റെടുത്തുകൊണ്ട് പീപ്പിൾസ് വാർ ഗ്രൂപ്പിന്റെ ചെയർമാൻ ആസാദ് പറഞ്ഞത്. ലക്ഷ്മണാനന്ദ ചെയ്ത തെറ്റുകൾക്കുള്ള ശിക്ഷയാണ് ഞങ്ങൾ നടപ്പിലാക്കിയതെന്നും ഇതുപോലുള്ള ശിക്ഷകൾ തുടരുമെന്നും ആസാദ് പറയുകയുണ്ടായി. ലക്ഷ്മണാനന്ദ അപകടകാരിയായതിനാൽ ഞങ്ങൾ കൊന്നതാണെന്ന് മാവോയിസ്റ്റുകൾ പ്രഖ്യാപിച്ചിട്ടും ക്രൈസ്തവർക്കെതിരെയുള്ള ആക്രമണം തുടരുന്നതിൽ നിന്നും സംഘ്പരിവാറിന്റെ യഥാർഥ അജണ്ട വ്യക്തമാണ്. തീർച്ചയായും മാവോയിസ്റ്റുകൾ തുടരുന്ന ശിക്ഷനടപ്പാക്കലിനോട് ജനാധിപത്യവാദികൾക്ക് യോജിക്കാനാവില്ല.

ചോദ്യം: ഗുജറാത്തിലെ വംശഹത്യയെയും ഒറീസയിൽ നടന്നുകൊണ്ടിരിക്കുന്ന ക്രൈസ്തവ ഉന്മൂലനത്തെയും താരതമ്യം ചെയ്യാമോ?

കെ ഇ എൻ: 2002 ഫെബ്രുവരി 17-നാണ് ഗുജറാത്ത് വംശഹത്യ തുടങ്ങിയത്. ഗോധ്ര സംഭവമാണ് കലാപത്തിന് നിമിത്തം എന്നാണ് പ്രചരണം. 2008 ഓഗസ്റ്റ് 23നാണ് ലക്ഷ്മണാനന്ദ വധം നടക്കുന്നത്.

24 മുതലാണ് ഒറീസയിലെ വംശഹത്യ ആരംഭിക്കുന്നത്. ഗുജറാത്തിലും ഒറീസയിലും മുകളിൽ പറഞ്ഞ തീയതികൾക്കു മുമ്പേ ചെറുതും വലുതുമായ നിരവധി ആക്രമണങ്ങൾ നടന്നിട്ടുണ്ട്. രണ്ടാമത്തെ സാമ്യം, ഗുജറാത്തിൽ വംശഹത്യ നടന്നപ്പോൾ ഒറ്റുകാരും കലാപകാരികളുടെ കൂട്ടുകാരും കലാപകാരികളുമായി പോലീസ് പ്രവർത്തിക്കുകയുണ്ടായി. ഒറീസയിലും ഇതുതന്നെയാണ് സംഭവിച്ചത്. അതുകൊണ്ടാണ് ഇരകളായ ആദിവാസികൾക്കും ക്രൈസ്തവർക്കും പോലീസ് സ്റ്റേഷനിലേക്ക് ഓടേണ്ടതിനു പകരം കാടുകളിലേക്ക് ആത്മരക്ഷാർഥം ഓടേണ്ടിവന്നത്. ഗുജറാത്തിൽ ഓടിഒളിക്കാൻ പാകത്തിൽ കാടുകൾ ഇല്ലാത്തതിനാൽ ആയിരക്കണക്കിന് മനുഷ്യർ കൊല്ലപ്പെട്ടു. ഒറീസയിലാകട്ടെ, ഓടി ഒളിക്കാൻ കാടുകൾ ഉള്ളതുകൊണ്ടും കാട്ടിലെ മൃഗങ്ങൾ നാട്ടിലെ ഫാസിസ്റ്റുകളേക്കാൾ മര്യാദക്കാരായതുകൊണ്ടും ഒരുപാടു പേർ രക്ഷപ്പെട്ടു. നാലാമത്തെ സാമ്യം, ഗുജറാത്ത് പ്രശ്നത്തിൽ കേന്ദ്രഗവണ്മെന്റും ഗുജറാത്ത് ഭരണകൂടവും തീവ്രഐക്യമാണ് പുലർത്തിയിരുന്നത്. ഒറീസാ സർക്കാറും ഇപ്പോഴത്തെ കേന്ദ്ര ഗവൺമെന്റും അത്തരമൊരു തീവ്ര ഐക്യമില്ലെങ്കിലും സംസ്ഥാന സർക്കാറിന്റെ നിരുത്തരവാദത്തിനെതിരെ ധീരമായ നടപടികൾ സ്വീകരിക്കാൻ അറച്ചുനിൽക്കുന്ന ഒരു മൃദുഹിന്ദുത്വ സമീപനമാണ് മൻമോഹൻ സിംഗിന്റേത്. അഞ്ചാമത്തേത്, ഗുജറാത്തിൽ നിന്ന് ഒറീസയെ വ്യത്യസ്തമാക്കുന്ന ഒരു ഘടകം ഇന്ത്യയുടെ ആഭ്യന്തര സുരക്ഷിതത്വം തന്നെ സാമ്രാജ്യത്വത്തിന് അടിയറവെച്ച കേന്ദ്ര ഗവൺമെന്റിനെതിരെ അതിവിപുലമായ ജനകീയ കൂട്ടായ്മ രാഷ്ട്രീയ അഭിപ്രായവ്യത്യാസങ്ങൾക്കതീതമായി ഉയർന്നുവരുന്ന കാലഘട്ടമാണിത്. അതിനെ ശിഥിലമാക്കാനുള്ള ഒരു അജണ്ട കൂടി ഒറീസാ പ്രശ്നത്തിന് പിന്നിലുണ്ടോ എന്ന് സംശയിക്കേണ്ടിയിരിക്കുന്നു. ആറാമത്തേത്, ഗുജറാത്തിലും ഒറീസയിലും ഒരുപോലെ ഫാസിസ്റ്റ് ആക്രമണങ്ങൾക്കെതിരെ ഒരുതരത്തിലുള്ള പ്രതിരോധവും സൃഷ്ടിക്കാൻ അവിടുത്തെ ജനാധിപത്യ മതേതര പ്രസ്ഥാനങ്ങൾക്ക് കഴിഞ്ഞിട്ടില്ല. ഗുജറാത്തിനു വെളിയിൽ വലിയ പ്രതിഷേധങ്ങൾ ഉയർന്നുവന്നിരുന്നു. ഗുജറാത്ത് പ്രശ്നത്തിൽ ഇന്ത്യക്കകത്തും പുറത്തുമുണ്ടായ പ്രതിഷേധത്തിന്റെ അത്ര അനുപാതത്തിൽ ഒറീസയിലെ ഉന്മൂലന ശ്രമങ്ങൾക്കെതിരെ പ്രതിഷേധമുയർന്നിട്ടില്ല. പ്രതിഷേധങ്ങൾ ഇനിയും വികസിച്ചുവരേണ്ടതായിട്ടാണിരിക്കുന്നത്. തീർച്ചയായും അതുണ്ടാകുമെന്ന് ഉറപ്പിക്കാം.

ചോദ്യം: ക്രൈസ്തവർക്കെതിരെയുള്ള പ്രത്യക്ഷ ആക്രമണങ്ങളെക്കാൾ ഭീകരം വിശ്വാസങ്ങൾക്കെതിരെയുള്ള പരോക്ഷ ആക്രമണമാണെന്ന് മാർ പവ്വത്തിൽ പറയുകയുണ്ടായി. ഇരകളാക്കപ്പെടുന്നവർ യഥാർഥ ശത്രുവിനെ തിരിച്ചറിയാത്ത ഈ അവസ്ഥയെ എങ്ങനെ വിലയിരുത്തുന്നു? പവ്വത്തിലിനെ ക്രൈവസ്തവ സമൂഹത്തിന്റെ പരിഛേദമായി കാണാൻ പറ്റുമോ?

കെ ഇ എൻ: ഇന്ത്യയിലെ വ്യത്യസ്ത മത സമൂഹങ്ങളിൽ വിവിധ ചിന്താധാരകൾ വികസിച്ചുവന്നിട്ടുണ്ട്. അതിനാൽ എല്ലാവരുടേതുമായുള്ള അഭിപ്രായം ഏകാർഥത്തിലുള്ള പ്രതിനിധാനം ഇല്ലെന്നു തന്നെ പറയാം. അതുകൊണ്ട് പവ്വത്തിൽ ക്രിസ്ത്യൻ മനസാക്ഷിയുടെ പരിഛേദമാണെന്നു പറയാൻ പറ്റില്ല. ക്രിസ്ത്യൻ സഭാനേതൃത്വത്തിന്റെ ഒരു പക്ഷത്തെ മാത്രമാണ് പവ്വത്തിൽ പ്രതിനിധീകരിക്കുന്നത്. പവ്വത്തിലിന്റെ പ്രതികരണം അനവസരത്തിലായിരുന്നു. എന്നു മാത്രമല്ല ഒറീസയിൽ എന്താണ് നടക്കുന്നതെന്ന് പവ്വത്തിലിന് ആഴത്തിൽ തിരിച്ചറിയാൻ കഴിഞ്ഞിട്ടില്ല. കേരളത്തിലെ വിദ്യാഭ്യാസ രംഗത്തെ വ്യാപാരവൽക്കരണമുൾപ്പെടെയുള്ള കാര്യങ്ങളിൽ കേരള സർക്കാർ നടത്തുന്ന ഇടപെടലുകളിലുള്ള രോഷമാണ് പവ്വത്തിലിന്റെ പ്രസ്താവനയിൽ മുഴച്ചുനിൽക്കുന്നത്. ഇതിനെയാണ് അദ്ദേഹം പരോക്ഷ ആക്രമണം എന്നു പറയുന്നത്. ഈ നിരീക്ഷണം അടിസ്ഥാനപരമായി തെറ്റാണ്. അതേസമയം, ഇന്ത്യൻ മതേതരത്വത്തിനും മതന്യൂനപക്ഷങ്ങൾക്കുമെതിരെ പരോക്ഷ ആക്രമണങ്ങൾ നടത്തുന്ന സംഘ്പരിവാർ സാന്നിധ്യം ഇവിടെയുമുണ്ട്. ആ പരോക്ഷ ആക്രമണങ്ങൾക്കിടയിലുള്ള ചില പൊട്ടിത്തെറികളാണ് യഥാർഥത്തിൽ ഒറീസയിലും മറ്റും നാം കണ്ടുകൊണ്ടിരിക്കുന്നത്. പരോക്ഷ ആക്രമണത്തിനെതിരെ ഇത്ര രോഷാകുലനാവുന്ന മാർ പവ്വത്തിൽ സംഘ് പരിവാറിനെതിരെ പ്രബന്ധങ്ങൾ രചിക്കുകയാണ് യഥാർഥത്തിൽ ചെയ്യേണ്ടത്. അല്ലെങ്കിൽ പ്രഭാഷണ വേദികളിൽ നിന്ന് അവർക്കെതിരെ ഒരു വാക്കെങ്കിലും പറയാനുള്ള ആർജവം കാട്ടുകയാണ്. രണ്ടാമത്തേത്, പവ്വത്തിൽ കരുതും പോലെ ഈശ്വരവാദവും നിരീശ്വരവാദവും തമ്മിൽ ചരിത്രത്തിൽ അത്രവലിയ ഏറ്റുമുട്ടലുകളൊന്നും ഉണ്ടായിട്ടില്ല. ഏറ്റുമുട്ടലുകൾ നടന്നത് വ്യത്യസ്ത മതവിഭാഗങ്ങൾ തമ്മിലും വംശീയ വിഭാഗങ്ങൾ തമ്മിലുമാണ്. മറ്റൊന്ന് മതരഹിതനായ ഒരാൾ ബലപ്രയോഗത്തിലൂടെ മതവിശ്വാസിയായ ഒരാളെ മതരഹിതനാക്കിയ ഒരൊറ്റ സംഭവവും നാളിതുവരെ നാം കേട്ടിട്ടില്ല. മാത്രമല്ല, ഭാതികവാദവും ആശയവാദവും തമ്മിൽ കേരളത്തിൽ ഇപ്പോൾ ഒരു സംഘട്ടനവും നടക്കുന്നില്ല. അതുകൊണ്ട് പവ്വത്തിൽ പറഞ്ഞ പരോക്ഷാക്രമണ വാദം അടിസ്ഥാനപരമായി തെറ്റാണ്.

തകർന്ന പള്ളികൾ വീണ്ടും പണിയാൻ പറ്റും എന്നു കൂടി പവ്വത്തിലിന്റെ പ്രസ്താവനയിൽ ഉണ്ട്. ഒറീസയിലെ തകർന്ന പള്ളികളെക്കുറിച്ചാണ് അദ്ദേഹം ഉദ്ദേശിച്ചതെങ്കിൽ അവ വീണ്ടും നിർമിക്കാൻ കഴിയില്ല എന്ന് അദ്ദേഹം തിരിച്ചറിയേണ്ടതുണ്ട്. കാരണം, ഒറീസയിൽ തകർന്നത് കല്ലും മണലുമല്ല, ഒരു ജനതയുടെ ജീവിതവും വിശ്വാസവുമാണ്. അത് തിരിച്ചുകൊടുക്കാൻ പവ്വത്തിലിനാവില്ല. നേരെ മറിച്ച് ഒരു കോളേജ് സമരത്തിൽ രണ്ട് ചില്ല് പൊട്ടിയാൽ അത് മാറ്റിയിടാൻ പറ്റും. കോഴയായി കിട്ടിയ പണം ഏതെങ്കിലും സമരത്തിന്റെ ഭാഗമായി തിരിച്ചുകൊടുക്കേണ്ടി വന്നാൽ വലിയ നഷ്ടമൊന്നും സംഭവിക്കില്ല. ലാഭ

വിഹിതം കുറയുകയേ ഉള്ളൂ. പക്ഷേ, ഒറീസയിൽ ലാഭത്തിന്റെ വിഹിതമല്ല ജീവിതം തന്നെയാണ് നഷ്ടപ്പെട്ടത്. ഈ വസ്തുതയാണ് പവ്വത്തിൽ തിരിച്ചറിയാതെ പോയത്. അതുകൊണ്ട് ലാഭത്തിന്റെ വിഹിതത്തെക്കാൾ പ്രധാനമാണ് മനുഷ്യന്റെ നിലനിൽപ്പ് എന്ന് തിരിച്ചറിയാനുള്ള വിനയവും വിവേകവുമാണ് പവ്വത്തിലിനെ പോലുള്ള മതമേലധ്യക്ഷന്മാർ പ്രകടിപ്പിക്കേണ്ടത്.

ചോദ്യം: മാതൃഭൂമി പത്രത്തിൽ എഴുതിയ ഒരു ലേഖനത്തിൽ (09.09.08) വിഷ്ണുനാരായണൻ നമ്പൂതിരി, മതപരിവർത്തനത്തെയും ക്രൈസ്തവർക്ക് നേരെയുള്ള ആക്രമണത്തെയും ഒരേ കണ്ണുകൊണ്ടാണ് കാണുന്നത്. എന്നല്ല, മതപരിവർത്തവനമാണ് ഒറീസയിലെ യഥാർഥ പ്രശ്നം എന്നൊരു ധ്വനികൂടി അതിലുണ്ട്. ഈ ലേഖനം പ്രക്ഷേപിക്കുന്ന ആശയമണ്ഡലത്തെ എങ്ങനെയാണ് നോക്കിക്കാണുന്നത്?

കെ ഇ എൻ: വിഷ്ണുനാരായണൻ നമ്പൂതിരി തന്റെ ലേഖനത്തിൽ ഒറീസയിലെ ക്രൈസ്തവർക്ക് നേരെയുള്ള ആക്രമണത്തെ അപലപിക്കുന്നുണ്ട്. തീർച്ചയായും അത് സ്വാഗതാർഹമാണ്. ഈയൊരു മാനവിക കാഴ്ചപ്പാടിനെ അംഗീകരിക്കുമ്പോൾ തന്നെ ഒറീസാ പ്രശ്നത്തിന്റെ വേരുകൾ കണ്ടെത്താൻ അദ്ദേഹത്തിന് കഴിഞ്ഞിട്ടില്ല എന്ന് പറയേണ്ടിവരുന്നതിൽ ഖേദമുണ്ട്. അദ്ദേഹമിപ്പോഴും മതപരിവർത്തനമാണ് മുഖ്യപ്രതി എന്ന നിലപാടിൽ മുട്ടിനിൽക്കുകയാണ്. ഒരാൾ ഒരുവഴിയിലൂടെ നടക്കുമ്പോൾ വഴിമുട്ടിയാൽ ഒന്നുകിൽ തിരിഞ്ഞുനടക്കണം, അല്ലെങ്കിൽ ആരോടെങ്കിലും വഴിചോദിക്കണം. ഇതുചെയ്യാതെ മുട്ടിനിൽക്കുന്നിടമാണ് ലക്ഷ്യസ്ഥാനം എന്നു ധരിക്കുമ്പോൾ അന്വേഷണമാകെ മലർന്നടിച്ച് തകരുകയാണ് ചെയ്യുന്നത്. ഇതുപോലുള്ള ഒരവസ്ഥയിലാണ് വിഷ്ണുനാരായണൻ നമ്പൂതിരി ഇപ്പോൾ അകപ്പെട്ടിരിക്കുന്നത്. മതപരിവർത്തനം എന്ന സ്ഥലത്താണ് അദ്ദേഹം മുട്ടിനിൽക്കുന്നത്. ഇനി ഒന്നുകിൽ മതിലിനു മുകളിൽ പതിച്ച പോസ്റ്റർ അദ്ദേഹം വായിക്കണം. അല്ലെങ്കിൽ തൊട്ടടുത്ത് നിൽക്കുന്നയാളോട് വഴിചോദിക്കണം. ഇതൊന്നുംചെയ്യാതെ മുട്ടിനില്ക്കുന്നതാണ് തന്റെ ലക്ഷ്യസ്ഥാനം എന്ന് തോന്നിപ്പിക്കുന്നതാണ് അദ്ദേഹത്തിന്റെ പ്രബന്ധം. അതുകൊണ്ട്, ഒറീസയെക്കുറിച്ച് വന്ന തെറ്റായ, വേദനിപ്പിക്കുന്ന ഒരു വിശകലനമാണ് വിഷ്ണുനാരായണൻ നമ്പൂതിരിയുടേത്.

വിഷ്ണുനാരായണൻ നമ്പൂതിരി തന്റെ പ്രബന്ധത്തിൽ മൂന്നുതരം മതപരിവർത്തനത്തെക്കുറിച്ച് പറയുന്നുണ്ട്. സ്വയമൊരു ആചരണമായി മാറിയിട്ട് മറ്റുള്ളവർ അതുകണ്ട് മാറുകയാണെങ്കിൽ അതാണ് നല്ലത് എന്ന കാഴ്ചപ്പാട് അദ്ദേഹം അംഗീകരിക്കുന്നുണ്ട്. മറ്റൊരു തരത്തിൽ പറഞ്ഞാൽ മതപരിവർത്തനത്തെ അപ്പാടെ തള്ളിക്കളയാൻ അ

ദ്ദേഹം തയാറാവുന്നില്ല. രണ്ടാമത്തേത് വാക്കുവഴിയുള്ള പ്രചരണം. ഇതിനെ രണ്ടാംതരം കാര്യമായിട്ടാണ് അദ്ദേഹം പരിഗണിക്കുന്നത്. മൂന്നാമത്തേത് പ്രലോഭനങ്ങൾ നൽകിയുള്ള, [illegible] രീതിയിലുള്ള മതപ്രചരണം. അത് നീചമാണെന്നാണ് അദ്ദേഹത്തിന്റെ വാദം. അതിൽ ശരിയുണ്ട്, എന്നാൽ വിഷ്ണുനാരായണൻ നമ്പൂതിരിയുടെ വാദങ്ങൾ ചരിത്രപരമല്ല, വസ്തുതാപരവുമല്ല. ഉദാഹരണമായി, ആചരണം എന്നു പറയുന്നത് വേറിട്ടെടുക്കേണ്ട കാര്യമല്ല. ആചരണം അമൂർത്തമായ ഒന്നല്ല. ചരിത്രപരമായി നോക്കിയാൽ നന്മ എന്നത് മതപരമോ മതേതരമോ ആയ കാര്യമാണ്. നന്മയെ നാം നിർവചിക്കുന്നത് അവയുടെ കൂടി കാഴ്ചപ്പാടിലാണ്. അല്ലാതെ അമൂർത്തവും അചരിത്രപരവുമായിട്ട് ഏതോ അന്യഗ്രഹത്തിൽ നിന്നും അത്ഭുതകരമായി ഭൂമിയിൽ പ്രത്യക്ഷപ്പെടുന്നു എന്ന് തോന്നിക്കും വിധമുള്ള ഒരു നന്മയെ കുറിച്ച് പറയുന്നത് ആളുകളെ ഭ്രമിപ്പിക്കാനല്ലാതെ യാഥാർഥ്യം കണ്ടെത്താൻ സഹായിക്കില്ല. ആ അർഥത്തിൽ ഒരാൾ മാതൃകയായി മറ്റുള്ളവരെ സ്വാധീനിക്കുക എന്നു പറയുന്നത് തീർച്ചയായും ശരിയാണ്. ഒരാളുടെ ജീവിതത്തെ മാതൃകയാക്കുമ്പോൾ അയാളുടെ വാക്കും നോട്ടവും അഭിപ്രായങ്ങളും ആശയങ്ങളും അതിന്റെ തുടർച്ചയായിരിക്കും. വാക്കുവഴിയുള്ള പ്രചാരണം എങ്ങനെയാണ് തെറ്റാവുക? ഒരാൾ വിശ്വസിക്കുന്ന, ശരിയെന്നു തോന്നുന്ന കാര്യം മറ്റൊരാളെ അറിയിക്കുകയും അതിലേക്ക് ക്ഷണിക്കുകയും ചെയ്യുന്നത് എങ്ങനെ തെറ്റാവും? അത് ആവിഷ്കാര സ്വാതന്ത്ര്യത്തിന്റെ കൂടി ഭാഗമാണ്. അതേസമയം ബലംപ്രയോഗിച്ച് ഒരാളെ മതംമാറ്റുന്നത് ജനാധിപത്യം അംഗീകരിക്കുന്നില്ല. ആ അർഥത്തിൽ വിഷ്ണുനാരായണൻ നമ്പൂതിരി പറയുന്നത് ശരിയാണ്. അതിപ്പോൾ ചെയ്തു കൊണ്ടിരിക്കുന്നത് ഒറീസയിൽ സംഘ്പരിവാറാണ്. അതേസമയം, ഇന്ത്യയിലെ കീഴാളരുടെ മതംമാറ്റത്തെ വിശകലനം ചെയ്യാൻ വിഷ്ണുനാരായണൻ നമ്പൂതിരിയുൾപ്പെടെയുള്ളവർ ഉപയോഗിക്കുന്ന വിശകലന മാതൃകയും മാനദണ്ഡവും അപര്യാപ്തമാണ്.

ചോദ്യം: വിഷ്ണുനാരായണൻ നമ്പൂതിരി തന്റെ ലേഖനത്തിൽ ഗാന്ധിജി മതപരിവർത്തനത്തിന് എതിരായിരുന്നു എന്ന് പറയുന്നുണ്ട്?

കെ ഇ എൻ: ഗാന്ധിജിയെ മാത്രമല്ല, ഏതു മഹാന്മാരെയും അവരുടെ ഇടപെടലിന്റെ ചരിത്രപശ്ചാത്തലത്തിൽ വെച്ച് വിശലകനം ചെയ്യേണ്ടതുണ്ട്. ഗാന്ധിജി ഏതു പശ്ചാത്തലത്തിലാണ് ഈ പരാമർശം നടത്തിയത് എന്ന് പരിശോധിക്കണം. ജാതിമത സങ്കുചിതത്വത്തിനപ്പുറം മനുഷ്യനിലേക്ക് മിഴികൾ തുറക്കാൻ കഴിഞ്ഞു എന്നതാണ് ഗാന്ധിജിയുടെ മഹത്വം. അതുകൊണ്ടാണ് ഹിന്ദു മുസ്ലിം സൗഹാർദമില്ലാതെ ഇന്ത്യക്ക് സ്വരാജില്ല എന്ന ഉറച്ച നിലപാട് ഗാന്ധിജി കൈക്കൊണ്ടത്.

അത് തീർച്ചയായും അന്നത്തെ സവർണ ബോധത്താൽ സങ്കുചിതമായ ഇന്ത്യൻ ദേശീയതയുടെ ഒരു സ്തംഭത്തെ മുറിച്ചുകടക്കലായിരുന്നു. ആ അർഥത്തിൽ അത് പുരോഗമനപരമാണ്. ഗാന്ധിജിയുടെ വീക്ഷണങ്ങൾ അന്ന് പ്രത്യക്ഷത്തിൽ ആവേശകരമാവാൻ കാരണം ഇന്ത്യൻ ദേശീയതയുടെ സവർണസമീപനത്തിനു മുമ്പിൽ മറ്റുള്ളവർ സാഷ്ടാംഗപ്രണാമം നടത്തിയപ്പോൾ ഗാന്ധി അതിന് സന്നദ്ധനായില്ല എന്നത് കൊണ്ടുകൂടിയാണ്. ഗാന്ധിജി ഉയർത്തിപ്പിടിച്ച ഹിന്ദു മുസ്‌ലിം സൗഹാർദമില്ലാതെ സ്വരാജ് സാധ്യമല്ല എന്ന വീക്ഷണത്തെ പോലും പൊറുപ്പിക്കാൻ സായുധവൽക്കരിക്കപ്പെട്ട സവർണ സമീപനത്തിന് കഴിഞ്ഞിരുന്നില്ല. അതാണ് പിന്നീട് ഗോൾവാൾക്കറുടെ വിചാരധാരയിൽ ഹിന്ദു മുസ്‌ലിം ഐക്യമില്ലാതെ സ്വരാജില്ലെന്ന് പറഞ്ഞവർ രാജ്യവഞ്ചകരാണ് എന്ന പരാമർശത്തിലൂടെ വ്യക്തമാക്കപ്പെട്ടതും. അതേസമയം തന്നെ, ഇന്ത്യൻ മേൽക്കോയ്മാ ദേശീയതയോട് മൽപ്പിടുത്തം നടത്തുമ്പോൾ പോലും അത്തരമൊരു ദേശീയയുടെ അവശിഷ്ടങ്ങളോട് അന്തിമമായി വിടചോദിക്കാൻ ഗാന്ധിജിക്കു കഴിഞ്ഞിരുന്നില്ല. ഗാന്ധിജിയുടെ തന്നെ പ്രത്യയശാസ്ത്ര ബോധ്യങ്ങളുടെ അടിസ്ഥാനത്തിൽ അത് സാധ്യമാവുമായിരുന്നു. സാമുദായിക ദേശീയത എന്ന സമീപനമാണ് ഗാന്ധിജി മുന്നോട്ടുവച്ചത്. സമുദായങ്ങൾ തമ്മിലുള്ള സൗഹാർദമാണ് ഇതിലൂടെ അദ്ദേഹം സ്വപ്നം കണ്ടത്. അതേസമയം, സവർണ സംസ്കാരത്തോടുള്ള ഒരു വിധേയത്വം ഗാന്ധിജിയുടെ സമീപനങ്ങളിൽ കാണാവുന്നതാണ്. ആ വഴി മതേതര വാദികൾക്കും ജനാധിപത്യ വിശ്വാസികൾക്കും മറ്റും സ്വീകാര്യമായ ഒരു പാതയല്ല. അതുകൊണ്ടാണ് ഗാന്ധിജിയുടെ സാമുദായിക ദേശീയ കാഴ്ചപ്പാടിനെ നെഹ്റുവിനു പോലും മുറിച്ചുകടക്കേണ്ടി വന്നത്. അങ്ങനെയാണ് പരിമിതികൾ ഉണ്ടെങ്കിലും നെഹ്റു മതേതര ദേശീയത (Secular Nationalism) എന്ന കാഴ്ചപ്പാട് വികസിപ്പിച്ചത്. നെഹ്റുവിന്റെ മതേതര ദേശീയതയ്ക്കും ആഴത്തിൽ കുഴിച്ചുചെന്നാൽ സവർണ്ണതയുമായുള്ള സമ്പൂർണമായ ബന്ധം വിച്ഛേദിക്കാനാവാത്ത കൂട്ട് പ്രകടമാണ്. ഈയൊരു പശ്ചാത്തലത്തെക്കൂടി ഉൾക്കൊണ്ടുകൊണ്ടാണ്, അതായത്, ഇന്ത്യയിലെ വിവിധ ദേശീയ കാഴ്ചപ്പാടുകളിലെ പരിമിതികളെ മുറിച്ചുകടക്കുവാനുള്ള ഒരു ശ്രമമാണ് ഒരു പരിധിവരെ ഇന്ത്യയിലെ ജനകീയ ദേശീയത അല്ലെങ്കിൽ വിപ്ലവകരമായ ദേശീയത. ഇത് പ്രധാനമായും രാഷ്ട്രീയ രംഗത്താണ് കർക്കശമായ നിലപാടുകൾ സ്വീകരിച്ചത്. അത്തരമൊരു ഉഴുതുമറിക്കൽ സാംസ്കാരിക രംഗത്തു നടത്തുവാൻ വിപ്ലവകരമായ ദേശീയതയ്ക്കും അക്കാലത്ത് കഴിഞ്ഞിരുന്നില്ല. ആ അർഥത്തിൽ വേണ്ടത്ര ഉഴുതു മറിക്കാതെയും അന്വേഷണ വിധേയമാക്കാതെയും പോയ ഇന്ത്യയുടെ തന്നെ സാംസ്കാരിക പൈതൃകം, സ്വത്വം, പാരമ്പര്യം എന്നൊക്കെ പറയുന്ന സാംസ്കാരിക അവസ്ഥകളാണ് ഇന്നത്തെ ജനാധിപത്യ അന്വേഷണങ്ങൾക്ക് അഭിമുഖീകരിക്കുവാനുള്ളത്. അതിനെ അഭിമുഖീകരിക്കുവാൻ വിഷ്ണുനാരായണൻ നമ്പൂതിരിക്ക് കഴിയുന്നില്ല എന്നതിൽ അത്ഭുത

മില്ല. കാരണം, അദ്ദേഹം മുന്നോട്ടുവെക്കുന്നത് പരമ്പരാഗതമായ കാഴ്ചപ്പാടാണ്. ഒറീസയെക്കുറിച്ച് പറയുമ്പോഴും ഒറീസയിലെ ജനങ്ങളുടെ പീഡനങ്ങളിൽ ശ്രദ്ധിക്കുമ്പോഴും വേദങ്ങളിലാണ് അദ്ദേഹം അഭയം കാണുന്നത്. മാതൃഭൂമി ലേഖനത്തിൽ അദ്ദേഹം പറയുന്നുണ്ട് അമേരിക്കൻ പ്രസിഡണ്ട് റെഡ് ഇന്ത്യക്കാരോട് മാപ്പ് പറഞ്ഞു എന്ന്. പക്ഷേ, ഇന്ത്യയിലെ പീഡിതരായ ജനങ്ങളോട് ദലിതുകളോട് നാളിതുവരെയും ഒരു വേദപണ്ഡിതനും മാപ്പ് പറഞ്ഞിട്ടില്ല എന്ന കാര്യം അദ്ദേഹം വിസ്മരിക്കുന്നു.

ലോകത്തിൽ ഏറ്റവും കൂടുതൽ കീഴാള പീഡനം നടന്ന ഒരു രാജ്യം ഇന്ത്യയാണ്. ഈ വസ്തുതയെ അഭിമുഖീകരിക്കുവാൻ ഇവർ വിസമ്മതിക്കുകയാണ്. അവിടെയാണ് ഇവരുടെ വേദാഭിമുഖ്യം ഒരു പുനഃപരിശോധനയ്ക്ക് വിധേയമാക്കേണ്ടി വരുന്നത്.

ഒറീസയിലെ വംശീയ ഉന്മൂലന ശ്രമങ്ങളിൽ ആത്മാർഥമായും വേദനിക്കുന്ന ഒരാൾക്ക് വേദ കാഴ്ചപ്പാടിനെ കൂട്ടുപിടിക്കാനാവില്ല. കാരണം വേദങ്ങളിലെ കാഴ്ചപ്പാട് ഇന്ത്യയിലെ പീഡനമനുഭവിക്കുന്ന ജനതയുടെ ജീവിത പശ്ചാത്തലത്തിൽ നിന്നും വികസിച്ചുവന്ന ഒന്നല്ല. പ്രാന്തവൽക്കൃതരായ ജനതയ്ക്ക് ഇടമില്ലാത്ത ഗ്രന്ഥങ്ങളാണവ. അതു തന്നെയാണ് അവയുടെ പരിമിതിയും. പ്രാന്തവൽക്കൃതരെപറ്റിപറയുന്നതും അവർ വികസിപ്പിച്ചെടുത്ത ബദലുകൾ സംവാദ വിഷയമാക്കുന്നതും അടുത്തകാലം വരെയും ഇടംകിട്ടാത്ത വിഷയങ്ങളായിരുന്നു. അത്തരം സംവാദങ്ങൾ നയിക്കുന്നവരെ തമസ്കരിക്കുവാനും അകറ്റിനിർത്തുവാനും മാധ്യമങ്ങൾ ശുഷ്കാന്തി കാണിച്ചിരുന്നു. ഇത് പണ്ടുകാലം മുതൽക്കേ ആരംഭിച്ച ഒരു പ്രക്രിയയാണ്. അതുകൊണ്ടാണ് കീഴാള ആവിഷ്കാരങ്ങൾക്ക് ഇടംലഭിക്കാതെ പോയത്. അവയെക്കുറിച്ചുള്ള കൃത്യമായ വിശകലനം നടത്തിയ ഒരാൾ അംബേദ്ക്കറാണ്. അദ്ദേഹം ഇന്ത്യൻ സാഹിത്യത്തെ രണ്ടായി തിരിച്ചിട്ടുണ്ട്. ദ്വിജ സാഹിത്യം, ശൂദ്രസാഹിത്യം എന്നിങ്ങനെ. *വേദങ്ങൾ, ഇതിഹാസങ്ങൾ, സ്മൃതികൾ, ഉപനിഷത്തുകൾ, ഭഗവദ്ഗീത* തുടങ്ങിയവയെ എല്ലാം ദ്വിജസാഹിത്യത്തിലാണ് അദ്ദേഹം ഉൾപ്പെടുത്തുന്നത്. ഇന്നും നാം സാംസ്കാരികമായ ഒരു പ്രതിസന്ധിയെ നേരിടുമ്പോൾ, നമ്മുടെ സംസ്കാരം ഒരു ആഘോഷത്തെ അഭിമുഖീകരിക്കുമ്പോൾ വേദങ്ങളെ പറ്റിയും പുരാണങ്ങളെ കുറിച്ചും പറഞ്ഞ് നാം സമയം തീർക്കുകയാണ്. അതേസമയം സാമാന്യജനതയുടെ ഇടയിൽ നിന്ന് ഉയർന്നുവരുന്ന ജീവിതാവിഷ്കാരങ്ങളിൽ നിന്ന് ഊർജമുൾക്കൊള്ളാൻ നാം വിമുഖരാവുകയും ചെയ്യുന്നു. എന്നു മാത്രമല്ല, കീഴാള സാഹിത്യരൂപങ്ങളോട് മുഖംതിരിക്കുന്ന സമീപനമാണ് മുഖ്യധാര പുലർത്തുന്നത്.

ചോദ്യം: ഇന്ത്യൻ ഫാസിസത്തെക്കുറിച്ച് പറയുമ്പോൾ 1920-കളിൽ രൂപംകൊണ്ട ഒരു പ്രസ്ഥാനം എന്നൊരു ചുരുക്കിക്കെട്ടൽ കാണാറുണ്ട്. സത്യത്തിൽ ഇന്ത്യൻ ഫാസിസത്തിന്റെ വേരുകൾ

എത്രമേൽ ആഴമാർന്നതാണ്? രാജ്യത്ത് നിലനിൽക്കുന്ന മേൽക്കോയ്മാ ദേശീയതയു(Hegemonical Nationalism)മായി അതിനുള്ള ബന്ധം എത്രത്തോളമാണ്?

കെ ഇ എൻ: നമ്മുടെ ദേശീയതയുടെ ആദിരൂപം ഹിന്ദുത്വപ്രത്യയശാസ്ത്രവുമായി ബന്ധപ്പെട്ട ഒരു വികലരൂപമാണ് എന്നൊരു നിരീക്ഷണം പണ്ട് ഇ എം എസ് നടത്തിയിട്ടുണ്ട്. ആ ദേശീയതയാണ് പിൽക്കാലത്ത് കുറച്ചുകൂടി സങ്കുചിതമായിട്ട് സവർണമേൽക്കോയ്മാ ദേശീയതയായി മാറിയത്. സംഘ്പരിവാറിന്റെ രൂപീകരണവുമായി ബന്ധപ്പെട്ട ചില മിത്തുകളെ പൊളിച്ചുപരിശോധിച്ചാൽ ഇത് വ്യക്തമാവും.

സംഘ് പരിവാറിനെക്കുറിച്ച് പറയുമ്പോൾ ഹിന്ദുവർഗീയതയേക്കാൾ മുമ്പ് മുസ്‌ലിം വർഗീയത ഉണ്ടായെന്നും അതിനോടുള്ള സ്വാഭാവികപ്രതികിരണമായി 1925–ൽ ആർ എസ് എസ് ഉണ്ടായി എന്നും പറയാറുണ്ട്. എന്നു പറഞ്ഞാൽ, നമ്മുടെ വിശകലനം പലപ്പോഴും സമവാക്യനിർമിതിക്കാണ് ഊന്നൽ നൽകുന്നത്. അത് വസ്തുതാപരമായും പ്രത്യയശാസ്ത്രപരമായും ശരിയല്ല. കാരണം സംഘ്പരിവാർ രൂപംകൊള്ളുന്നത് 1925–ൽ അല്ല. അതിന് എത്രയോ മുമ്പു തന്നെ അത് രൂപം കൊണ്ടുകഴിഞ്ഞിട്ടുണ്ട്. നൂറ്റാണ്ടുകളുടെ പാരമ്പര്യവും ഒട്ടേറെ ക്ഷുദ്രകൃതികളുടെ പിന്തുണയും അതിന് ആവോളമുണ്ട്. അതിന്റെ വേരുകൾ പിൽക്കാല വൈദിക കാലത്തോളം നീളുന്നതുമാണ്. ചരിത്രത്തിൽ അത് നടത്തിയ കൊടുംക്രൂരതകളും വംശഹത്യയും ഒട്ടേറെയാണ്. ഇന്ത്യയിൽ രൂപംകൊണ്ട ബുദ്ധമതത്തെയും ബുദ്ധമതാനുയായികളെയും കൂട്ടക്കൊലകൾ നടത്തുകയോ നാടുകടത്തുകയോ ചെയ്തത് അതേ പ്രത്യയശാസ്ത്രമാണ്. അംബേദ്ക്കറും ആയിരക്കണക്കിന് ദലിതുകളും ബുദ്ധമതം സ്വീകരിച്ചില്ലായിരുന്നുവെങ്കിൽ ബുദ്ധമതം ഇന്ത്യയിൽ മ്യൂസിയംപീസാകുമായിരുന്നു.

ഇന്ത്യൻ നാഷണൽ കോൺഗ്രസ് രൂപംകൊള്ളുന്നതിനും ഒരുവർഷം മുമ്പാണ് രാമസഭ എന്ന സംഘടന രൂപംകൊണ്ടത്. ആഭ്യന്തര അധിനിവേശത്തിന്റെ ആവിഷ്കാരമായ രാമനു സിന്ദാബാദ് വിളിച്ചുകൊണ്ടാണ് രാമസഭയുടെ പിറവി. തപസ്സ് ചെയ്തതിന്റെ പേരിൽ ശിരസ് നഷ്ടപ്പെട്ട ശംബൂകന്റെ ചോര വാർന്നൊലിക്കുന്ന സ്മരണകളാണ് ആ സംഘടനയുടെ പേരു കേൾക്കുമ്പോൾ മനസിലേക്ക് ഓടിയെത്തുന്നത്. ശംബൂകൻ ഒരു ഇതിഹാസ കഥാപാത്രമായിരിക്കെ തന്നെ ഇന്ത്യൻ അവസ്ഥയുടെ തന്നെ ഒരു പരിച്ഛേദവുമാണ്.

ഇന്ത്യൻ ഇതിഹാസപുരാണങ്ങളുടെ ന്യൂക്ലിയസ് എന്ന് വിളിക്കാവുന്ന ഒരു വലിയ സാന്നിധ്യത്തെ വികസിപ്പിച്ചെടുക്കുകയാണ് അവർ ചെയ്തത്. അന്നവർ ഉയർത്തിപ്പിടിച്ച രാമൻ ഗാന്ധിജിയുടെ രാമനല്ല. അക്രമണോത്സുകമായ ഇന്നത്തെ സംഘ്പരിവാറിന്റെ രാമന്റെ മുൻകൂർ മാതൃകയാണ്. ഇന്ത്യൻ വൈദികത വംശഹത്യകൾക്ക് നേതൃത്വം നൽകും വിധം ആക്രമണോത്സുകമായ നാളുകളിൽ തന്നെ അത്തര

മൊരു രാമൻ ഇവിടെ അദൃശ്യജന്മമെടുത്തു കഴിഞ്ഞിരുന്നു. 1925 സംഘ്പരിവാർ ഫാസിസത്തിന്റെ ഗതിമാറ്റത്തിന്റെ ഒരു ഘട്ടമാണ്. വിവിധ സംഘടനാരൂപങ്ങളിലൂടെയാണ് ഇന്നത്തെ ഇന്ത്യൻ ഫാസിസം രൂപമാർജ്ജിച്ചത്. അത് ഏകദേശമിങ്ങനെയാണ്: 1884ൽ രാമസഭ, പിന്നീട് പഞ്ചാബി ഹിന്ദു മഹാസഭ, തുടർന്ന് അഖിലേന്ത്യാ ഹിന്ദുമഹാസഭ രൂപീകരണം. 1925ൽ ആർ എസ് എസ് രൂപീകരണം. ഇതിന്റെതന്നെ ഒരു തുടർച്ചയായിട്ടാണ് ജനസംഘത്തിന്റെ പിറവി. ജനസംഘത്തിന്റെ രൂപാന്തരമായിട്ടാണ് ബി ജെ പി ജന്മമെടുക്കുന്നത്. ഈ സംഘടനകൾ തമ്മിൽ ഘടനയിലും സമീപനങ്ങളിലും ചെറിയ ചെറിയ അഭിപ്രായവ്യത്യാസങ്ങൾ കണ്ടേക്കാം. എന്നാൽ മൗലികമായി ഇവർ മുന്നോട്ടുവെക്കുന്ന പ്രത്യയശാസ്ത്രം ഒന്നുതന്നെയാണെന്നു കാണാം. അത് സവർണ മേൽക്കോയ്മാ സംസ്കാരം തന്നെയാണ്.

ചോദ്യം: വിഷ്ണുനാരായണൻ നമ്പൂതിരി തന്റെ 'മാതൃഭൂമി' ലേഖനത്തിൽ ഒറീസയിൽ പ്രതിസ്ഥാനത്തുള്ള വി.എച്ച്.പിയെക്കുറിച്ച് പരാമർശിക്കുന്നേയില്ല. ഇതു നമ്മുടെ മീഡിയയുടെ കൂടി ഒരു രീതിയാണ്. പുരോഹിതനെ ചുട്ടുകൊന്നപ്പോൾ വെന്തുമരിച്ചു എന്നെഴുതും. അതേപോലെ ഫാസിസ്റ്റ് സംഘടനകളുടെ പേരുകൾ അവർക്കെതിരെയുള്ള റിപ്പോർട്ടുകളിൽ പോലും നൽകാതിരിക്കും. എന്നുമാത്രമല്ല ആർ എസ് എസ് വി എച്ച് പി എന്നൊക്കെ പറയേണ്ടി വരുമ്പോൾ ഒരു മൃദുസമീപനം ഒളിപ്പിച്ചുവെക്കും. സവർണതയോടുള്ള മീഡിയയുടെ ഈ കിന്നാരസമീപനത്തെ എങ്ങനെയാണ് വിലയിരുത്തുന്നത്?

കെ ഇ എൻ: ഇന്ത്യൻ മാധ്യമങ്ങളുടെ സവർണ പക്ഷപാതിത്വം വ്യക്തമാണ്. വാർത്തകളിലും മുഖപ്രസംഗങ്ങളിലും സൂക്ഷ്മതലത്തിൽ ഇതു കാണാൻ പറ്റും. ചില നേരങ്ങളിൽ അത് പ്രകടമാവും. സംവരണ വിരുദ്ധ സമരത്തിൽ മീഡിയ സ്വീകരിച്ച നിലപാട് ഒരു ഉദാഹരണമാണ്. ഒരു രണ്ടാം സ്വാതന്ത്ര്യസമരം എന്നു വിശേഷിപ്പിക്കുംവിധമാണ് പല മീഡിയയും അന്നതിനെ അവതരിപ്പിച്ചത്. ഈ മാധ്യമങ്ങൾ സ്വയമെടുത്തണിഞ്ഞ നിഷ്പക്ഷതയുടെ മുഖംമൂടി അഴിഞ്ഞുവീഴുന്ന സന്ദർഭമായിരുന്നു അത്. സംവരണ വിരുദ്ധ സമരകാലത്ത് സമരങ്ങൾക്കും പ്രകടനങ്ങൾക്കുമെല്ലാം വിലക്കുള്ള വിദ്യാലയങ്ങളിലും തെരുവോരങ്ങളിലും ഇവർ അഴിഞ്ഞാടി. ഇന്നലെ വരെ മനുഷ്യരുടെ പ്രശ്നങ്ങളുമായി ബന്ധപ്പെട്ട ഒരു പ്രശ്നത്തിലും ഇടപെട്ടിട്ടില്ലാത്ത, ഒരു പ്രകടനത്തിലും ഭാഗഭാക്കായിട്ടില്ലാത്ത, എല്ലാ സമരങ്ങളെയും പുച്ഛിക്കുകയും പരിഹസിക്കുകയും ചെയ്ത വിഭാഗമാണ് ഈ സംവരണ വിരുദ്ധ സമരത്തിന്റെ നേതൃത്വമായി മാറിയത്. ഈയൊരു വൈരുധ്യം പോലും മുഖ്യധാരാ മാധ്യമങ്ങൾ ചൂണ്ടിക്കാണിക്കുവാൻ തയ്യാറായില്ല. കലാലയ രാഷ്ട്രീയത്തിനും പ്രകടനത്തിനുമെല്ലാം എതിരെ സംസാരിക്കുന്നവർ പെട്ടെന്ന്

നിശ്ശബ്ദരായി. എന്നു മാത്രമല്ല, രണ്ടാം സ്വാതന്ത്ര്യസമരം എന്ന രീതിയിൽ അവർ അതിനെ ആദർശവൽക്കരിക്കുകയാണ് ചെയ്തത്. ഇങ്ങനെ മുഖ്യധാരാ മാധ്യമങ്ങളുടെ സവർണ പക്ഷപാതിത്വം മറനീക്കി പുറത്തുവന്ന നിരവധി സന്ദർഭങ്ങൾ നിരന്തരം ഉണ്ടായിട്ടുണ്ട്. ഇതേസമയം, ഭീകരത, സ്ഫോടനങ്ങൾ തുടങ്ങി ഇവയുമായി ബന്ധപ്പെട്ട വാർത്തകൾ കൊടുക്കുമ്പോൾ മാധ്യമങ്ങളുടെ ന്യൂനപക്ഷ വിരോധം, ദലിത് വിരോധം, പ്രാന്തവത്കൃതരോടുള്ള പുച്ഛം ഇവയൊക്കെ പ്രകടമാവാറുണ്ട്. മാധ്യമങ്ങൾ നൽകുന്ന തെറ്റായ വിശകലനങ്ങൾ ഒരുവേള മതേതര വാദികളെ പോലും ചെറിയ തോതിലെങ്കിലും സ്വാധീനിക്കുന്ന അവസ്ഥ കാണാറുണ്ട്. മതേതരവാദികളും ജനാധിപത്യവിശ്വാസികളുമായ ചില സുഹൃത്തുക്കൾ പോലും സ്വകാര്യ ചർച്ചകളിൽ ചോദിക്കുന്ന ഒരു ചോദ്യമുണ്ട്: എവിടെ സ്ഫോടനങ്ങൾ നടന്നാലും അതിൽ മുസ്ലിംകൾ പ്രതിസ്ഥാനത്തുണ്ട്. ഇതു തെളിയിക്കുന്നത് മുസ്ലിം സമുദായം ഭീകരതയോട് ചാഞ്ഞുനിൽക്കുന്നു എന്നല്ലേ? എന്ന്. ഈ ചോദ്യം നിഷ്കളങ്കമായി ചോദിക്കുന്നവരുടെ സംഖ്യവർധിച്ചുകൊണ്ടിരിക്കുകയാണ്. ഇതുതന്നെയാണ് മറ്റൊരു സമവാക്യത്തിലൂടെ സാമ്രാജ്യത്വവും സയണിസവും ഫാസിസവും പറഞ്ഞുകൊണ്ടിരിക്കുന്നത്. അതിങ്ങനെയാണ്: എല്ലാ മുസ്ലിംകളും ഭീകരരല്ല. എന്നാൽ എല്ലാ ഭീകരരും മുസ്ലിംകളാണ് എന്ന്. പെട്ടെന്ന് തോന്നുക ഇത് വലിയൊരു ജനാധിപത്യ കാഴ്ചപ്പാട് പങ്കുവെക്കും പോലെയാണ്. ഈ വാദത്തിനടിയിൽ വലിയൊരു അപകടമുണ്ട്. യഥാർഥത്തിൽ നാം ചോദിക്കേണ്ട ചോദ്യം ഇതാണ്. സ്വന്തം ജീവൻ തന്നെ എറിഞ്ഞുടയ്ക്കും വിധം ഒരു ജനത ഇത്തരം പ്രവർത്തനങ്ങളിലേക്ക് വലിച്ചിഴക്കപ്പെടുന്നതിന്റെ അടിസ്ഥാന കാരണമെന്താണ്?. ഒരു പലസ്തീൻ ബാലിക ഒരുബോംബായി പൊട്ടിത്തെറിച്ച് ജീവിതം അവസാനിപ്പിക്കുന്നുവെങ്കിൽ യഥാർഥത്തിൽ നാം ചോദിക്കേണ്ടത് – കളിച്ചുനടക്കേണ്ട ഒരു കുട്ടി, പൂക്കൾ കണ്ട് വിസ്മയം കൊള്ളേണ്ട ഒരു ബാലിക, അമ്പിളി മാമനെകണ്ട് വിസ്മയം കൊള്ളേണ്ട ഒരു കുട്ടി എന്തുകൊണ്ടാണ് തന്റെ ഇളംപ്രായത്തിൽ തന്നെ ജീവിതമവസാനിപ്പിക്കും വിധമുള്ള ഒരു സ്ഫോടനത്തിന്റെ അസംസ്കൃതപദാർഥമായി മാറിയത് എന്നാണ്. അപ്പോൾ നമുക്ക് ഉത്തരം കിട്ടും, അവരുടെ അസ്തിത്വം അത്രമേൽ പീഡിതമായൊരു അവസ്ഥയിലാണെന്നും മറ്റൊരു മാർഗവും അവരുടെ മുമ്പിൽ അവശേഷിക്കുന്നില്ലായെന്നും. അവരെ ആരാണ് ഇത്തരമൊരവസ്ഥയിലേക്ക് തള്ളിയിട്ടത് എന്നാണ് നാം പഠനവിഷയമാക്കേണ്ടത്. സഹസ്രാബ്ദങ്ങളുടെ പാരമ്പര്യമുള്ള ഇറാഖീ സംസ്കാരത്തെ ഇവ്വിധം ചാരമാക്കിയവരെക്കുറിച്ച് നാം മൗനംപാലിക്കും. മറുഭാഗത്ത്, ആയിരത്താണ്ടുകളുടെ ഒരു സംസ്കാരം മണ്ണടിഞ്ഞുപോവുകയും തങ്ങളുടെ സ്വപ്നങ്ങൾ മുഴുവൻ കുഴിച്ചുമൂടുകയും ചെയ്ത ഒരു ശ്മശാനത്തിൽ നിന്ന് ഒരു മുഷ്ടി ഉയർന്നുവരുമ്പോൾ നാം വല്ലാതെ അസ്വസ്ഥരാകും. ഈ കാഴ്ചപ്പാടാണ് പുനർവിശകലനം ചെയ്യേ

ണ്ടത്. അതുകൊണ്ടാണ് സാമ്രാജ്യത്വമാണ് ഏറ്റവും വലിയ ഭീകരതയെന്നും സാമ്രാജ്യത്വശക്തികളാണ് ഭീകരതയുടെ ഉൽപ്പാദന കേന്ദ്രങ്ങളെന്നും ആവർത്തിച്ചുപറയേണ്ടി വരുന്നത്. ഇത്തരമൊരു ചരിത്രഘട്ടത്തിൽ ഏതെങ്കിലും ഒരു സമുദായത്തെ ഭീകരതയുമായി ബന്ധപ്പെടുത്തി മൃദുവായോ അല്ലാതെയോ അവതരിപ്പിക്കുന്നതു പോലും സാമ്രാജ്യത്വത്തിനനുകൂലമായ അവതരണമായി മാറും എന്നു നാം തിരിച്ചറിയണം.

ചോദ്യം: സാമ്രാജ്യത്വവും ഭാരതീയ ഫാസിസവും തമ്മിലുള്ള ബന്ധം വ്യക്തമാണ്. എന്നിട്ടും നരേന്ദ്ര മോഡിക്ക് അമേരിക്കയിലേക്കുള്ള വിസ ഈയിടെ നിഷേധിച്ചു. ഈ വൈരുധ്യത്തെ എങ്ങനെയാണ് വിശകലനം ചെയ്യുന്നത്?

കെ ഇ എൻ: നമ്മുടെ സമൂഹത്തിലെ വൈരുധ്യങ്ങളെ ഏതെങ്കിലും രണ്ട് ഭാഗത്തേക്ക് മാത്രമായി വലിച്ചുകെട്ടാനാവില്ല. ഒരേസമയം സമൂഹത്തിൽ നിരവധി വൈരുധ്യങ്ങൾ പ്രവർത്തിക്കുന്നുണ്ട്. മോഡിയുടെ കാര്യത്തിൽ എന്താണു സംഭവിച്ചതെന്നു നോക്കാം. ഇന്ത്യയിലെ സവർണ ഫാഷിസവും ഇസ്രയേലിലെ സയണിസവും സാമ്രാജ്യത്വത്തിന്റെ ബന്ധുക്കളാണ്. ഇവർ ഉയർത്തിപ്പിടിക്കുന്നതും നടപ്പിലാക്കുന്നതും സാമ്രാജ്യത്വ താൽപ്പര്യങ്ങളാണെന്നു വ്യക്തം. അപ്പോൾ സ്വാഭാവികമായും ഒരു ചോദ്യം ഉയർന്നുവരാം, എന്തുകൊണ്ടാണ് അമേരിക്കൻ സാമ്രാജ്യത്വം ഇന്ത്യൻ ഫാസിസത്തിന്റെ ഏറ്റവും ജനപ്രിയ സാന്നിധ്യമായി മാറിയ മോഡിയെ അമേരിക്കയിലേക്ക് കടത്താത്തത്?

ഉത്തരം-ഗുജറാത്തിലെ വംശഹത്യക്കെതിരെ ലോകവ്യാപകമായി പ്രതിഷേധം അലയടിച്ചപ്പോൾ അമേരിക്കയിലും അതിന്റെ ശക്തമായ അലയൊലികൾ ഉണ്ടാവുകയുണ്ടായി. അമേരിക്കയിലെ ജനാധിപത്യവാദികളുടെ കടുത്ത പ്രതിഷേധം നിലനിൽക്കേ എന്തിനു മോഡിയെ തന്നെ അമേരിക്കയിലേക്ക് കൊണ്ടുപോകണം എന്ന് ബുദ്ധിപൂർവം ആലോചിക്കുകയാണ് ഈ വിഷയത്തിൽ സാമ്രാജ്യത്വം ചെയ്തത്. മോഡി എന്ന ബിംബം ഇന്ത്യയിലെ ഫാസിസത്തിന്റെ വിജയത്തിന് അനിവാര്യമാണ്. എന്നാൽ അമേരിക്കൻ സാമ്രാജ്യത്വ താൽപ്പര്യങ്ങൾ ഏറ്റവും നന്നായി നടപ്പിലാക്കാൻ അദ്വാനിയും വാജ്പേയിയും അടക്കമുള്ള നിരവധി നേതാക്കൾ ഉണ്ടായിരിക്കേ, അവർക്ക് മുമ്പും ഇപ്പോഴും ഒട്ടേറെ സൗകര്യങ്ങൾ ചെയ്തുകൊടുക്കെ, എന്തിന് വേലിയിൽ കിടക്കുന്ന മോഡിയെന്ന പാമ്പിനെ കഴുത്തിൽ ചുറ്റണം എന്ന പ്രായോഗിക ബുദ്ധിയാണ് ഈ വിഷയത്തിൽ സാമ്രാജ്യത്വത്തിനുള്ളത്.

ചോദ്യം: ഭാരതം, അഖണ്ഡഭാരതം തുടങ്ങി നിരവധി പ്രയോഗങ്ങൾ ഇന്ത്യൻ ഫാസിസത്തിന്റെ നിഘണ്ടുവിലുണ്ട്. മേൽക്കോ

യ്മാ സംസ്കാരത്തിനു മുന്നിൽ അറിയാതെ സാഷ്ടാംഗം ചെയ്യുന്നവരും ഇത്തരം പ്രയോഗങ്ങൾ ആവർത്തിക്കുന്നതായി കാണാം. ഇത്തരം പ്രയോഗത്തിലടങ്ങിയ അപകട സാധ്യതകൾ, ഫാസിസ്റ്റ് അജണ്ട എന്തൊക്കെയാണ്?

കെ ഇ എൻ: എ ആർ ദേശായി തന്റെ *ഇന്ത്യൻ ദേശീയതയുടെ സമകാലീന പ്രവണതകൾ* എന്ന ഗ്രന്ഥത്തിൽ ഇന്ത്യയെ ഭാരതം എന്നു പ്രയോഗിക്കുന്നതിനെ തന്നെ ചോദ്യം ചെയ്യുന്നുണ്ട്. ഭാരതം എന്ന പ്രയോഗം പുനരുത്ഥാന വാദത്തിന്റെ ഭാഗമാണെന്ന് അദ്ദേഹം നിരീക്ഷിക്കുന്നു. ഇന്ത്യ എന്നു പ്രയോഗിക്കുന്നതിനു പകരം ഭാരതം എന്നു പറയുന്നതിൽ ചല പ്രത്യയശാസ്ത്ര പ്രശ്നങ്ങൾ ഉണ്ട്. ഇന്ത്യ എന്ന പേര് സിന്ധുനദീതട സംസ്കാരവുമായി ബന്ധപ്പെട്ടതാണ്. അതിനാൽ ചരിത്രപരവും മതേതരവുമായ നാമധേയമാണ് ഇന്ത്യ എന്നത്. ഭാരതം എന്ന് പറയുമ്പോൾ മിത്തിലേക്ക് പിൻനടക്കുകയാണ്. ചരിത്രത്തിൽ നിന്ന് മിത്തിലേക്കുള്ള പിൻനടത്തം. യഥാർഥത്തിൽ നിന്ന് സങ്കൽപ്പത്തിലേക്കുള്ള തിരിച്ചുപോക്ക്. ആ തിരിച്ചുനടത്തത്തിൽ നാം എത്തിച്ചേരുന്നത് ഭരതൻ ഒരു ആദർശ രാജാവാണ് എന്ന തെറ്റായ കാഴ്ചപ്പാടിലേക്കാണ്. ഭരതൻ രാമന്റെ നിഴലായിരുന്നു, അതുകൊണ്ട് ഒരു നിഴലിന്റെ ആദർശവൽക്കരണമാണ് ഭാരതം എന്ന പ്രയോഗത്തിലൂടെ സംഭവിക്കുന്നത്. പലരും തെറ്റിദ്ധരിച്ചിരിക്കുന്നത് ഭാരതം എന്നത് മലയാളവും ഇന്ത്യ എന്നത് ഇംഗ്ലീഷുമാണെന്നാണ്. അങ്ങനെ കരുതാനിടയാവുന്നത് സവർണ മാധ്യമങ്ങൾ പ്രചണ്ഡമായി പ്രചരിപ്പിച്ച കള്ളങ്ങളിലൂടെയാണ്.

അതുപോലെ അഖണ്ഡ ഭാരതം എന്ന പ്രയോഗത്തിലും അപകടങ്ങൾ പതിയിരിപ്പുണ്ട്. അഖണ്ഡഭാരതം എന്നത് ഇന്ത്യൻ ഫാസിസത്തിന്റെ അടിസ്ഥാന ആദർശമാണ്. അഖണ്ഡ ഇസ്രയേൽ എന്നത് സയണിസത്തിന്റെ ആദർശവും. ഈ വാദങ്ങൾ രാഷ്ട്രീയപരം എന്നതിനപ്പുറം സാംസ്കാരികമാണ്. അഖണ്ഡഭാരതം എന്നതിലെ സാംസ്കാരികത പുരാണകേന്ദ്രിതമായ കാഴ്ചപ്പാടാണ്. അതിനാൽ അത് പൊളിക്കേണ്ടതും തള്ളേണ്ടതുമായ കാഴ്ചപ്പാടാണ്.

സാംസ്കാരിക ദേശീയത എന്ന സംഘപരിവാർ കാഴ്ചപ്പാടിലും ഇത്തരമൊരു ചതിക്കുഴിയുണ്ട്. സവർണത നിർവ്വചിക്കുകയും നിർദേശിക്കുകയും ചെയ്യുന്നതിൽനിന്ന് വ്യത്യസ്തമായി നിലകൊള്ളുന്ന മുഴുവൻ ആളുകളും ഇന്ത്യാവിരുദ്ധരാണ് എന്ന കാഴ്ചപ്പാട് ഈ വാദത്തിൽ ഒളിഞ്ഞിരിപ്പുണ്ട്. അതുകൊണ്ടാണ് *വിചാരധാര*യിൽ മുസ്ലിംകൾ, ക്രിസ്ത്യാനികൾ, കമ്യൂണിസ്റ്റുകൾ എന്നിവരെ പ്രകടമായും ഗാന്ധിയന്മാർ, നെഹ്റുവിയൻ കാഴ്ചപ്പാട് പുലർത്തുന്നവർ എന്നിവരെ പരോക്ഷമായും ആഭ്യന്തര ശത്രുക്കളുടെ പട്ടികയിൽ ഗോൾവാൾക്കർ ഉൾപ്പെടുത്തുന്നത്.

ഭാരതമാണ് ലോകത്തിന് നേതൃത്വം നൽകേണ്ടത് എന്ന കാഴ്ചപ്പാട് ഇന്ത്യൻ ഫാസിസത്തിനുണ്ട്. അത് അധിനിവേശത്തിന്റേതായ കാഴ്ചപ്പാടാണ്.

ചോദ്യം: ഭാരതമാണ് ലോകത്തിന് നേതൃത്വം നൽകേണ്ടത് എന്ന വാദം ദേശാഭിമാന പ്രചോദിതമായ കാഴ്ചപ്പാടാണ് എന്നു പറഞ്ഞുകൂടെ?

കെ ഇ എൻ: ഭാരതമാണ് ലോകത്തിന് നേതൃത്വം നൽകേണ്ടത് എന്ന് പറയുന്നതിൽ തെറ്റുണ്ട്. ഓരോ രാജ്യത്തെയും ജനത രാജ്യത്തെ സ്നേഹിക്കുകയും ആ രാജ്യത്തിന്റെ കാഴ്ചപ്പാടുകൾ വികസിപ്പിക്കുകയും ചെയ്യുന്നതിൽ തെറ്റില്ല. പക്ഷേ, ലോകസംസ്കാരത്തിന്റെ കേന്ദ്രം, തെരഞ്ഞെടുക്കപ്പെട്ട ജനത എന്നൊക്കെയുള്ള ആശയം ജനാധിപത്യവിരുദ്ധമാണ്. ലോകത്തിലെ എല്ലാ രാജ്യങ്ങളും ശ്രേഷ്ഠങ്ങളാണെന്നും ലോകത്തിലെ എല്ലാ മനുഷ്യരും തെരഞ്ഞെടുക്കപ്പെട്ടവരോ തെരഞ്ഞെടുക്കപ്പെടാത്തവരോ ആണെന്നുമുള്ള വിശാലവും ജനാധിപത്യപരവുമായ കാഴ്ചപ്പാടിനു പകരം ഭാരതീയർ മാത്രമാണ് ശ്രേഷ്ഠർ എന്നു പറയുന്നത് ശരിയല്ല. ഭാരതത്തിൽ ജനിച്ച് പുണ്യം ചെയ്താൽ അതിന് എത്രയോ ഇരട്ടി പ്രതിഫലമുണ്ട് എന്നൊക്കെയുള്ള ഭൂകേന്ദ്രിതമായ പാപപുണ്യ സങ്കൽപ്പങ്ങൾ ഇന്നത്തെ ലോകാവസ്ഥയിൽ ആർക്കാണ് പ്രയോജനകരമാവുക എന്ന് പറയേണ്ടതില്ലല്ലോ.

ചോദ്യം: ഭാരതം പുണ്യഭൂമിയാണെന്നും ഇവിടെ ജനിച്ച് പുണ്യങ്ങൾ ചെയ്താൽ പെട്ടെന്ന് മോക്ഷം ലഭിക്കുമെന്നൊക്കെയുള്ള ആശയങ്ങൾ സംഘ്പരിവാർ രൂപംകൊള്ളുന്നതിനും നൂറ്റാണ്ടുകൾക്കു മുമ്പേ – പൂന്താനത്തിന്റെയും മറ്റും കവിതകളിൽ ആവിഷ്കൃതമായ കാര്യങ്ങളല്ലേ?

കെ ഇ എൻ: ഞാൻ നേരത്തെ പറഞ്ഞ പോലെ സംഘ്പരിവാറിന്റെ ഉത്ഭവം 1924 മുതൽ എന്ന രീതിയിൽ കാണരുത്. സംഘ്പരിവാർ പിന്തുടരുന്നത് വലിയൊരു സാംസ്കാരിക ഭൂഖണ്ഡമാണ്. അത് വേദങ്ങളും പുരാണങ്ങളും സ്മൃതികളും ഉപനിഷത്തുക്കളുമെല്ലാം സൃഷ്ടിച്ച സവർണ പാരമ്പര്യമാണ്. ആ പാരമ്പര്യത്തിൽ നിന്നാണ് പൂന്താനത്തിന്റെ കവിതയിലെ ആശയങ്ങൾ ശക്തി സംഭരിക്കുന്നത്. അതേസമയം, പൂന്താനത്തെ പോലുള്ള ചില കവികളെങ്കിലും സവർണതയുടെ മുമ്പിൽ സമ്പൂർണമായി സാഷ്ടാംഗം പ്രണമിച്ചവരല്ല. അത് അവരുടെ കാവ്യലോകത്തെ വൈരുധ്യം കൂടിയാണ്. ദാരിദ്ര്യമാണ് ഏറ്റവും വലിയ പ്രശ്നം എന്ന് എഴുതുകയും ഭക്തിയെ ജനകീയമായി അവതരിപ്പിക്കുകയും ചെയ്ത കവിയാണ് പൂന്താനം. ഇതുപോലും സവർണ്ണതയോടുള്ള വിയോജിപ്പാണ്. ഭക്തിയെ സ്വകാര്യസ്വത്താക്കി മാറ്റിയതാണ് സവർണതയുടെ ഭൂതകാല ചരിത്രം. അതുകൊണ്ടുതന്നെ പൂന്താനത്തിന്റെ കവിതയിലെ ആർദ്രതയും അവികസിതമായ ജനകീയതയും ആദരിക്കപ്പെടേണ്ടതാണ്. അതേസമയം തന്നെ ആർദ്രതയ്ക്കും അവികസിതമായ ജനകീയതയ്ക്കുമിടയിൽ പോലും ചില വഴിത്തിരിവുകൾ ഉണ്ടെ

ന്ന കാര്യം നാം മറക്കരുത്. ആരെങ്കിലും ഇക്കാര്യം അനാവരണം ചെയ്താൽ അവർക്കെതിരെ സവർണധാര അക്രമാസക്തമാവും.

ചോദ്യം: പ്രതിഷേധങ്ങൾകൊണ്ടും പ്രകടനങ്ങൾകൊണ്ടും പരാജയപ്പെടുത്താൻ കഴിയുന്ന ഒന്നാണോ ഭാരതീയ ഫാസിസം? തെരഞ്ഞെടുപ്പിലൂടെ പരാജയപ്പെടുത്താൻ കഴിയുന്നതാണോ അതിന്റെ വേരുകൾ? ഫാസിസത്തിനെതിരെയുള്ള സമരമുഖം ഏതു തരത്തിലുള്ളതായിരിക്കണം?

കെ ഇ എൻ: ഇന്ത്യൻ ഫാസിസത്തിനെതിരെ ചുരുങ്ങിയത് മൂന്ന് മണ്ഡലങ്ങളിലെങ്കിലും സമരമുഖം തുറക്കപ്പെടണം. അതിലേറ്റവും പ്രധാനം സാംസ്കാരിക രംഗത്തെ സമരമാണ്. അത് ദീർഘകാലം തുടരേണ്ട സമരമാണ്. പെട്ടെന്ന് ലക്ഷ്യപ്രാപ്തിയിൽ എത്തുന്ന സമരമായിരിക്കില്ല അത്. കാരണം വളരെ സങ്കീർണമായ ഒന്നാണ് സാംസ്കാരിക അവബോധം എന്നത്. അതുകൊണ്ട് ഏറ്റവും അപകടകരമായ ബോംബ് ആറ്റം ബോംബല്ല, കൾച്ചറൽ ബോംബ് ആണെന്നു പറയാം. ഒരു ജനതയെ അവരുടെ ഭാഷയിൽ നിന്ന്, ബന്ധങ്ങളിൽ നിന്ന് ചരിത്രത്തിൽ നിന്ന്, കാഴ്ചപ്പാടുകളിൽ നിന്ന് അകറ്റാനും പറിച്ചെറിയാനും കഴിയും വിധം പ്രവർത്തിക്കാൻ കൾച്ചറൽ ബോംബിനു കഴിയും. ജനതയുടെ തിരിച്ചറിവുകളെ മുഴുവൻ തകർക്കാൻ അതിനുപറ്റും. ഏറ്റവും അടുത്ത സുഹൃത്തിനെ പോലും ശത്രുവാക്കി മാറ്റാൻ അതിനു കഴിയും. സാംസ്കാരികാധിനിവേശത്തിന്റെ സഹസ്രാബ്ദങ്ങളോളം പഴക്കമുള്ള ഒരാധിപത്യത്തിനെതിരെ എന്ന അർഥത്തിലുള്ള സമരമുഖമാണ് സാംസ്കാരിക ഫാസിസത്തിനെതിരെയുള്ള സമരമുഖം എന്നു ചുരുക്കം. അത്തരമൊരു സമരം നയിക്കുന്നവരെ ഒറ്റപ്പെടുത്താനും തമസ്കരിക്കാനുമുള്ള സാധ്യതകൾ ഏറെയാണ്.

രണ്ടാമത്തേത്, രാഷ്ട്രീയ സമരമുഖമാണ്. ഇതുകൊണ്ടുദ്ദേശിക്കുന്നത് തീർച്ചയായും തെരഞ്ഞെടുപ്പുമായി ബന്ധപ്പെട്ട മേഖലയാണ്. സംഘ് പരിവാറിന് പലവിധത്തിൽ വിയോജിക്കുന്നവരെ പോലും കൂട്ടുപിടിച്ചുകൊണ്ട് വിപുലമായൊരു രാഷ്ട്രീയ ഐക്യമുന്നണി ഉണ്ടാക്കുന്നതിൽ വിജയിച്ചതുകൊണ്ടാണ് മുമ്പ് അധികാരത്തിൽ എത്താൻ സാധിച്ചത്. അത്തരമൊരു മുന്നണിക്കുവേണ്ടിയുള്ള ശ്രമങ്ങൾ അവർ ഇപ്പോഴും തുടർന്നുകൊണ്ടിരിക്കുകയാണ്. ഇത്തരമൊരവസ്ഥയിൽ പണ്ട് ദിമിത്രോവ് പറഞ്ഞ തരത്തിലുള്ള വിപുലവും വിശാലവുമായ ഒരു ഫാസിസ്റ്റ് വിരുദ്ധ ഐക്യമുന്നണി രൂപപ്പെടുത്തി ഫാസിസ്റ്റുകളെ അധികാരത്തിൽ എത്തിക്കാതിരിക്കലാണ് ഇന്നത്തെ അവസ്ഥയിൽ രാഷ്ട്രീയമായ ചെറുത്തുനിൽപ്പിനുള്ള മാർഗം. ജനാധിപത്യ കാഴ്ചപ്പാട് പുലർത്തുന്നവരെ ഒന്നിപ്പിക്കാനും മുന്നണി കെട്ടിപ്പടുക്കുവാനും എത്രമേൽ സാധിക്കും എന്നതിനെ ആശ്രയിച്ചാണ് ഇന്ത്യയുടെ മതേതരഭാവി പോലും നിലകൊ

ള്ളുന്നത്. അത്തരമൊരു ഐക്യം തെരഞ്ഞെടുപ്പു മുന്നണിയായി മാത്രം ചുരുങ്ങിപ്പോകാൻ പാടില്ല. മറിച്ച് ജീവിതത്തിന്റെ സകല തുറകളിലും ഇടപെടുന്ന സജീവമായൊരു ജനകീയ കൂട്ടായ്മയായി മാറണം.

സാംസ്കാരിക ദേശീയത, സാംസ്കാരിക അധിനിവേശം തുടങ്ങിയവ വളരെ നിരുപദ്രവകരമായും മിതമായും വിതരണം ചെയ്യുന്ന സാഹിത്യം, കല, സംഗീതം, മാധ്യമങ്ങൾ, പാഠപുസ്തകങ്ങൾ തുടങ്ങിയവയുടെ സാന്നിധ്യം ഇവിടെയുണ്ട്. പെട്ടെന്ന് തിരിച്ചറിയപ്പെടാത്തതും അടയാളപ്പെടുത്തുവാൻ ഏറെ പ്രയാസമുള്ളതുമായ അദൃശ്യമായൊരു സംസ്കാരിക ഭൂഖണ്ഡം ഫാസിസം ഇവയിലൂടെ സൃഷ്ടിച്ചുകഴിഞ്ഞിട്ടുണ്ട്. ഈ മേഖലയിൽ ഒരഴിച്ചുപണിയും തുറന്നു കാട്ടലും നടക്കണം. നമ്മുടെ കലാഭിരുചിയിലും മാധ്യമ കാഴ്ചപ്പാടുകളിലും സാംസ്കാരിക ജീവിതത്തിലും ഒരഴിച്ചുപണി നിർവഹിക്കാൻ കഴിയും വിധമുള്ള ബദലുകൾ കെട്ടിപ്പടുത്തുകൊണ്ട് ഒരു പ്രതിരോധം അനിവാര്യമാണ്.

മുകളിൽ പറഞ്ഞ ഫാസിസത്തിനെതിരെ സമരമുഖങ്ങൾ തുറക്കേണ്ട മൂന്ന് മേഖലകളും പരസ്പരം ഇടകലരാത്ത, വെള്ളം കടക്കാത്ത മേഖലകൾ അല്ല. പരസ്പരബന്ധമുള്ളവയാണ്. അതിനാൽ ഈ മൂന്നു മേഖലകളിലും ശക്തവും ദീർഘകാലികവുമായ സമരമുഖം തുറക്കേണ്ടതുണ്ട്. എങ്കിൽ മാത്രമേ ഫാസിസത്തെ പരാജയപ്പെടുത്തുവാൻ സാധിക്കുകയുള്ളൂ. ഒരു കാര്യം അടിവരയിട്ടു മനസിലാക്കേണ്ടതുണ്ട്. മറ്റു രാഷ്ട്രീയ പാർട്ടികൾ പോലുള്ള രാഷ്ട്രീയ പാർട്ടിയല്ല സംഘ് പരിവാർ. തെരഞ്ഞെടുപ്പിൽ പരാജയപ്പെട്ടാൽ മാത്രം തോൽക്കുന്ന ഒരു പ്രസ്ഥാനമല്ല അത്. തെരഞ്ഞെടുപ്പിൽ അവർ പരാജയപ്പെടുന്നത് ജനജീവിതത്തെ പരിക്കേൽപ്പിക്കാനുള്ള വിധ്വംസകമായ ഒരു സാംസ്കാരികശേഷി നിലനിർത്തിക്കൊണ്ടാണ്.

ചോദ്യം: താങ്കളുടെ ഏറെ ചർച്ച ചെയ്യപ്പെട്ട 'ഇരകളുടെ മാനിഫെസ്റ്റോ' എന്ന കൃതി പ്രക്ഷേപിച്ച ആശയമണ്ഡലം നമ്മുടെ സാംസ്കാരിക, രാഷ്ട്രീയ മണ്ഡലത്തെ എത്രമേൽ സ്വാധീനിച്ചിട്ടുണ്ട്? താങ്കൾ ഉയർത്തിയ വാദമുഖങ്ങൾ എത്രമാത്രം സ്വീകരിക്കപ്പെട്ടു? തിരിഞ്ഞുനോക്കുമ്പോൾ എന്തു തോന്നുന്നു?

കെ ഇ എൻ: *ഇരകളുടെ മാനിഫെസ്റ്റോ*യിലൂടെ ഞാൻ ഇന്ത്യൻ അവസ്ഥയെ സൂക്ഷ്മമായും സത്യസന്ധമായും അവതരിപ്പിക്കുകയാണുണ്ടായത്. ഇന്ത്യയുടെ രാഷ്ട്രീയ സാംസ്കാരിക സാമൂഹിക ജീവിതത്തിന്റെ മുഖ്യസ്ഥലികളിൽ നിന്ന് പല കാരണങ്ങളാൽ പലകാലത്ത് പുറത്താക്കപ്പെട്ട മനുഷ്യരുടെ പ്രതിനിധാനമാണ് *ഇരകളുടെ മാനിഫെസ്റ്റോ.* അതുകൊണ്ടുതന്നെ പൊതുബോധത്തിലും മേൽക്കോയ്മാ സംസ്കാരത്തിന്റെ മണ്ഡലത്തിലും ഈ കൃതി പരിക്കുകൾ ഏൽപ്പിക്കും എന്നതിൽ സംശയമില്ല. അതിനാലാണ് മുഖ്യധാരാ സാംസ്ക്കാരിക

മണ്ഡലത്തിൽ നിന്നും രൂക്ഷമായ എതിർപ്പുകൾ നേരിടേണ്ടിവന്നത്. ഇതിലുള്ള ഓരോ പ്രയോഗവും ആക്രമിക്കപ്പെട്ടു. ഇര എന്ന പ്രയോഗമാണ് പലരെയും വല്ലാതെ പ്രകോപിപ്പിച്ചത്! ഇര എന്ന പ്രയോഗം ഞാൻ കണ്ടെത്തിയ പദമാണ് എന്ന മട്ടിലായിരുന്ന ചിലരുടെ എതിർപ്പ്. സത്യത്തിൽ എനിക്കു മുമ്പേ പലരും ഉപയോഗിച്ചിട്ടുള്ള പദമാണത്. ഉറുദുഭാഷയെക്കുറിച്ചുള്ള ഒരു ലേഖനത്തിൽ സുർജിത്ത്, ഉറുദുഭാഷയെ ഇര എന്ന് വിശേഷിപ്പിച്ചിട്ടുണ്ട്. മലയാള കവിതയിൽ ഈ പദം മുമ്പേ ഉപയോഗിക്കപ്പെട്ടിട്ടുള്ളതാണ്. എന്നിട്ടും ഈയൊരു പരികൽപ്പന ഇത്രയേറെ ആക്രമിക്കപ്പെടാൻ കാരണം ഈ പദം ഇന്ത്യൻ അവസ്ഥയുടെ സൂക്ഷ്മമായ പരമാർഥത്തെയാണ് മുന്നോട്ടുവെക്കുന്നത് എന്നതിനാലാണ്. ആ പരികൽപ്പന ഉൾപ്പെടുത്തുന്ന ആശയമണ്ഡലത്തോട് പൊരുത്തപ്പെടാൻ വൈമനസ്യമുള്ളതുകൊണ്ടാണ്.

*ഇരകളുടെ മാനിഫെസ്റ്റോ*യിൽ ഞാനുയർത്തിയ പല വാദങ്ങളും മുഖ്യധാരയിൽ പിന്നീട് സജീവ ചർച്ചാവിഷയമായിട്ടുണ്ട്. എന്റെ വാദങ്ങളെ ശരിവെക്കുന്ന പല സംഭവങ്ങളും പിന്നീടുണ്ടാവുകയും ചെയ്തു. സച്ചാർ കമ്മീഷൻ റിപ്പോർട്ട് എടുത്തുപറയേണ്ടതാണ്. ദലിത്-ആദിവാസി, ന്യൂനപക്ഷ പ്രശ്നങ്ങൾ സവിശേഷമാംവിധം ശ്രദ്ധിക്കേണ്ടതുണ്ട് എന്ന നിലപാടിലേക്ക് ഇടതുപക്ഷ മതേതര ജനാധിപത്യ പ്രസ്ഥാനങ്ങൾ എത്തിപ്പെട്ടു. ഇത്തരമൊരു കാഴ്ചപ്പാടിലേക്ക് ജനാധിപത്യ പ്രസ്ഥാനങ്ങൾ എത്തിപ്പെടാൻ വസ്തുനിഷ്ഠ സാഹചര്യത്തിന്റെ സമ്മർദ്ദവും ആശയതലത്തിൽ നടക്കുന്ന സംവാദങ്ങളും സഹായകമായിട്ടുണ്ട്. തീർച്ചയായും ഇരകളെക്കുറിച്ചുള്ള അന്വേഷണങ്ങളും പരോക്ഷമായെങ്കിലും ഈ ആശയസമരത്തിൽ സുപ്രധാന പങ്കുവഹിച്ചിട്ടുണ്ട്.

ഈ കൃതിക്കെതിരെ ഉന്നയിച്ച ഒരു വാദം: *ഇരകളുടെ മാനിഫെസ്റ്റോ കമ്യൂണിസ്റ്റ് മാനിഫെസ്റ്റോക്ക്* എതിരാണ് എന്നാണ്. ഈ വാദം അങ്ങേയറ്റത്തെ വിവരക്കേടാണ്. വാട്ടർ മാനിഫെസ്റ്റോ എന്നൊക്കെയുള്ള പ്രയോഗങ്ങൾ മുമ്പ് ഉണ്ടായിട്ടുണ്ട്. അല്ലെങ്കിലും മാനിഫെസ്റ്റോ എന്ന പദം ഇനിയാരും ഉപയോഗിക്കരുത് എന്ന് മാർക്സോ എംഗൽസോ എവിടെയെങ്കിലും എഴുതിയിട്ടുണ്ടോ? അതുകൊണ്ട് മാനിഫെസ്റ്റോ എന്ന പദം ആർക്കും പാറ്റന്റ് ഉള്ളതല്ല. ഇരയെന്നത് വർഗം എന്ന പരികൽപ്പനക്ക് എതിരാണ് എന്നായിരുന്നു മറ്റൊരു വാദം. ഇത് തികഞ്ഞ സങ്കുചിത വാദമാണ്. ഏതൊരു ജനതയുടെയും പ്രശ്നങ്ങൾ ആ ജനതയുടെ ചരിത്രപരതയുടെ അടിസ്ഥാനത്തിലാണ് നോക്കിക്കാണേണ്ടത് എന്നാണ് മാർക്സിസം പറയുന്നത്. യൂറോപ്യൻ സാമൂഹിക ഘടനയുടെ തനിപ്പകർപ്പല്ല ഇന്ത്യൻ സാമൂഹികാവസ്ഥ എന്നും ദ്വിജനും ശൂദ്രനും തമ്മിലാണ് ഇവിടെ വർഗസമരം നടക്കേണ്ടത് എന്നും ഇ എം എസ് എഴുതിയിട്ടുള്ളത് അതിനാലാണ്.

സ്വത്വരാഷ്ട്രീയമാണ് ഈ കൃതി ഉയർത്തിപ്പിടിക്കുന്നത് എന്നൊരു ആരോപണം ഉണ്ടായിട്ടുണ്ട്. തീർച്ചയായും ഐഡന്റിറ്റി എന്നത് ഈ

കൃതിയിൽ പരിഗണിച്ചിട്ടുണ്ട്. പക്ഷേ, ഒരു സമൂഹം സ്വത്വത്തിൽ സ്തംഭിച്ചു നിൽക്കണം എന്ന അർഥത്തിലല്ല. സ്വത്വത്തെ ഒരു സമരസം ഘടകമാക്കി ജനാധിപത്യ പ്രസ്ഥാനത്തിന്റെ വളർച്ചക്ക് സഹായകമാം വിധം വികസിപ്പിക്കുക എന്ന നിലപാടോടൊയാണ്. ഒരു ജനതയുടെ സ്വത്വബോധം, നിലനിൽക്കുന്ന സാമൂഹിക പ്രതിസന്ധിയെ മുറിച്ചുകടക്കുവാൻ സഹായിക്കുന്ന തരത്തിൽ സമരോത്സുകമായി തീരുന്നത് പുരോഗമനപരമാണ്.

മുസ്‌ലിംകൾ അടക്കമുള്ള ന്യൂനപക്ഷങ്ങൾ ഇരകളാണെന്ന വീക്ഷണം ചോദ്യം ചെയ്യപ്പെട്ടിരുന്നു. പ്രത്യേകിച്ച് കേരളത്തിലെങ്കിലും ഇരകളല്ല എന്നായിരുന്നു വാദം. സച്ചാർ റിപ്പോർട്ട് വന്നതോടെ അതും പൊളിഞ്ഞു.